अध्याय
५-६

सरश्री

मनाला वश करण्यासाठी

संयम गीता

कर्मसंन्यास योग

आपल्या संकल्पनिर्मित कामनांचा त्याग करा

मनाला वश करण्यासाठी
संयम गीता
कर्मसंन्यास योग

Manala Vash Karnyasathi
Sanyam Gita
Karmasanyas Yog

By Sirshree Tejparkhi

प्रकाशक : वॉव पब्लिशिंग्ज् प्रा. लि., पुणे

ISBN : 9789387696709

प्रथम आवृत्ती : मार्च २०१९

© Tejgyan Global Foundation

All Rights Reserved 2019.
Tejgyan Global Foundation is a charitable organization
having its headquarters in Pune, India.

सर्वाधिकार सुरक्षित

'वॉव पब्लिशिंग्ज् प्रा. लि.'द्वारे प्रकाशित हे पुस्तक अशा अटीवर विकण्यात येत आहे, की प्रकाशकाच्या लेखी पूर्वअनुमतीविना ते व्यापाराच्या दृष्टीने अथवा अन्य प्रकारे उसने, भाड्याने अथवा विकत, अन्य कोणत्याही प्रकारच्या बांधणीत अथवा अन्य मुखपृष्ठासह देता येणार नाही; तसेच अशाच प्रकारच्या अटी नंतरच्या ग्राहकावर बंधनकारक न करता आणि वर उल्लेखिलेल्या कॉपीराइटपुरत्या मर्यादित न ठेवता या पुस्तकाच्या कोणत्याही स्वरूपाच्या विनिमयास, तसेच कॉपीराइटधारक व वर उल्लेखिलेले प्रकाशक दोघांच्याही लेखी पूर्वअनुमतीविना इलेक्ट्रॉनिक, मेकॅनिकल, फोटोकॉपी, रेकॉर्डिंग इत्यादी प्रकारे या पुस्तकाचा कोणताही अंश पुनःप्रस्तुत करण्यास, जवळ बाळगण्यास अथवा सुधारित स्वरूपात प्रस्तुत करण्यास मनाई आहे.

'गीता संन्यास-संयम गीता' या मूळ हिंदी पुस्तकाचा मराठी अनुवाद

प्रस्तुत पुस्तक समर्पित आहे,
अशा परिपूर्ण पंचयोगींना...
ज्यांनी सांख्ययोग, कर्मयोग, जितेंद्रयोग,
ध्यानयोग आणि भक्तयोग साधला.
शिवाय, लाचारीतून मुक्त होऊन अनासक्त
भावनेने आणि प्रगल्भ समजेसह
ते आपली कर्मं करत आहेत,
आत्मसंयमयोग साधत आहेत.

प्रस्तावना

आत्मसंयमाद्वारे पंचयोगी बनण्याची युक्ती

गीतेचं ज्ञान हे एकच असलं तरी श्रीकृष्ण ते वेगवेगळ्या दृष्टिकोनांतून अर्जुनाला समजावून सांगत आहेत. एकाच इमारतीची जर वेगवेगळ्या दृष्टिकोनांतून, वेगवेगळ्या दिशांनी छायाचित्रं घेतली, तर प्रत्येक छायाचित्रात ती जशी वेगळीच भासते, अगदी तसंच ज्ञानाबाबतही घडतं. पाचव्या अध्यायात अर्जुन श्रीकृष्णांना विचारतो, ''कधी तुम्ही म्हणता की कर्मयोग श्रेष्ठ आहे, तर कधी म्हणता संन्यास श्रेष्ठ आहे; तर मग मला सांगा, मी या दोन्हींपैकी नक्की कशाचा अवलंब करायला हवा?'' यावर भगवान श्रीकृष्ण उत्तरतात, ''कर्मयोग काय किंवा संन्यासयोग काय, तसं पाहायला गेलं तर हे दोन्हीही एकच आहेत. कारण या दोघांचाही परिणाम एकच आहे; परंतु अज्ञानी लोक मात्र यांना वेगवेगळं मानत असतात.''

यानंतर श्रीकृष्ण अर्जुनाला पूर्ण योगी बनण्याची युक्ती सांगतात. ''पूर्ण योगी पाच प्रकारच्या योग्यांचं मिश्रण आहे; ज्यांत पहिला- सांख्ययोगी, दुसरा- कर्मयोगी, तिसरा- जितेंद्रयोगी, चौथा- ध्यानयोगी आणि पाचवा- भक्तयोगी. या पाचही प्रकारच्या योगविशेषांचा अवलंब करून एखादा योगी जेव्हा परिपूर्ण योगी बनतो, तेव्हा त्याच्यात ना कोणती शंका शिल्लक असते, ना कोणतं दुःख! मग असा योगी सर्व प्रकारच्या पराधीनतेतून, मोह-मायेतून आणि लाचारीतून

मुक्त होतो. त्यानंतर तो प्रगल्भ समजेसह, अनासक्त भावनेने आपली कर्मं करतो.'' आपणही या अध्यायातून हाच बोध घेऊन अर्जुनासोबत कर्मसंन्यासी आणि पंचयोगी बनण्याची समज प्राप्त करायची आहे.

एका मनुष्याला चहाचं व्यसन जडल्याने, तो त्या व्यसनाच्या खूपच आहारी गेला होता. जेव्हा पाहावं तेव्हा त्याला चहा पिण्याची हुक्की, तल्लफ आलेली असायची. थोडासा मोकळा वेळ मिळताच, त्याचं अचेतन मन त्याला या व्यसनाकडे खेचायचं. त्यामुळे त्याला ॲसिडिटीचा त्रास सतावू लागला, शिवाय आता त्याला भूकही लागेनाशी झाली होती. डॉक्टरांनी त्याला संयम बाळगायला सांगितलं. आपल्या या चुकीच्या सवयीचे दुष्परिणाम पाहून त्याने शपथ घेतली, 'आजपासून मी चहाला स्पर्शही करणार नाही.' यानंतर खरोखरच आठवडाभर त्याने चहाच्या कपाला हातही लावला नाही. परंतु अचानक झालेल्या या परिवर्तनामुळे त्याला मानसिक आणि शारीरिकदृष्ट्या खूपच त्रास होऊ लागला. तो अस्वस्थ झाला. मग एके दिवशी 'मला काही हे जमणार नाही...' असं म्हणत त्याने पुन्हा चहा प्यायला सुरुवात केली. मात्र तो आता तितकाच चहा पिऊ लागला, जितका पूर्वी पीत होता. याचं कारण, इतका संयम बाळगणं आपल्याला शक्यच होणार नाही, असं त्याला वाटू लागलं. म्हणून त्याने पुन्हा तसा कधी प्रयत्नही केला नाही.

यानंतर तो पुन्हा जेव्हा डॉक्टरांकडे गेला, तेव्हा डॉक्टरांनी त्याला समजावलं, ''मी तुला अगदी पूर्णपणे चहा सोडायला सांगितलं नव्हतं... तू जर आधी दिवसातून दहा कप चहा पीत असशील, तर आता पाच कप पी, त्यानंतर मग तीन, नंतर दोन... अशा प्रकारे उतरता क्रम स्वीकारून, हळूहळू आत्मसंयम प्राप्त कर.'' याचप्रमाणे आपल्यालादेखील एखादी शक्ती मिळावी असं वाटत असेल, तर ती प्राप्त करण्यासाठी आत्मसंयमयोगाचा अवलंब करायला हवा.

आत्मसंयम म्हणजेच स्वतःवर मिळवलेला संयम. संयम या शब्दाचा अर्थ होतो - नियंत्रण, ताबा. पण, हे नियंत्रण बेहोशीत अथवा बळजबरीने मिळवायचं नसतं. असं झालं तर संयमाचं रूपांतर 'दमन' होण्यात होतं, जे एक ना एक दिवस अयशस्वी, निरर्थक ठरतं. स्वतःवरचं हे नियंत्रण जेव्हा पूर्णपणे सजगतेनं, समजून-उमजून आणि पूर्णतः प्रामाणिकपणे केलं जातं, तेव्हा ते

खऱ्या अर्थाने 'संयम' ठरतं. संयम हा अनावर भोगलालसा आणि पूर्णपणे त्याग (सर्वसंगपरित्याग) यांदरम्यानचा मध्यम मार्ग आहे. गीतेच्या सहाव्या अध्यायात श्रीकृष्णांनी अर्जुनाला आत्मसंयमयोगाचं हेच रहस्य उलगडून सांगितलं आहे.

आध्यात्मिक मार्गावरून प्रवास करत असताना संयमाला खूपच महत्त्व असतं. आत्मसंयमात केवळ शरीरावरच नव्हे; तर मन, बुद्धी, भावना... या सर्वांवर संयम ठेवून ईश्वराशी योग साधला जातो. आत्मसंयमयोगाकरिता एखाद्या सैनिकाच्या संकल्पासारखा विचार केला जाऊ शकतो. याचाच अर्थ, आपल्यालाही कर्मसैनिक बनायचं आहे; पण कसा? तर मनाला वश करणारा, निष्काम कर्म करणारा कर्मसैनिक!

शरीरातील बेलगाम इंद्रियांवर संयम मिळवणं ही केवळ आध्यात्मिक विकासासाठीच नव्हे, तर मानसिक, शारीरिक आणि भावनात्मक निरामयतेसाठीदेखील खूप अत्यावश्यक अशी बाब आहे. पण त्यासाठी आपण पूर्ण सजगतेनं, आकलनासह आणि सावधानतेनं आपल्या पंचेंद्रियांना संयमित करण्याचा प्रयत्न करायला हवा. यात अतिशयोक्तीही नसावी आणि दमनही व्हायला नको. आपल्या अहंकारी, मी-मी करणाऱ्या या मनाला जेव्हा लगाम घालता येईल, तेव्हाच आपल्याला त्यावर संयम मिळवता येईल. 'वास्तविक मी कोण आहे,' ही समज प्राप्त झाल्यानंतरच मनावर पूर्णपणे संयम साधता येणं शक्य होईल.

आपले विचार हेच आपले संकल्प असतात, जे आपल्याकडून क्रिया करवून घेत असतात. यात दोन प्रकारचे संकल्प असतात. एक - व्यक्तीचे संकल्प आणि दुसरे आपल्या तेजस्थानावरून स्फुरणारे संकल्प. खरंतर या दोन्हींमध्ये कितीतरी महद्अंतर आहे. मात्र लोक हे समजूच शकत नाहीत. 'मी'पासून प्रारंभ होणारे संकल्प 'ईश्वरा'हून वेगळं समजत असलेल्या व्यक्तीचे असतात. ही व्यक्ती भीतीमुळे, हव्यासामुळे, वासनेमुळे, इतरांवर प्रभुत्व गाजवण्यासाठी संकल्प करत असते, विविध इच्छा बाळगते. कारण तिला सुख हवं असतं. परंतु, खरंच अशा व्यक्तीला सुख मिळतं का? तर, नाही! उलट तिच्या इच्छांमुळे दुःखच पदरी पडून आणखी नवनव्या इच्छा जागृत होतात. मग त्यांची पूर्तता करण्यासाठी तिची धडपड सुरू होते.

जेव्हा व्यक्तीच्या ('मी'च्या) संकल्पाद्वारे निर्माण झालेली इच्छा फलद्रूप होते, तेव्हा त्या फळाभोवती कित्येक माश्याही घोंगावू लागतात. ही अहंभावाची,

'मी'पणाची माशी असते. मी म्हणजे बडी असामी, मी महान, माझ्या मेहनतीचं फळ, माझं सुख, माझं दुःख... अशा प्रकारे या फळासोबत न जाणो किती माश्या चिकटतात, आसक्त होतात. शिवाय, त्या बंधनंच निर्माण करतात. अशा प्रकारे 'मी'चे (व्यक्तीचे) संकल्प आपली प्रतारणा करतात, आपल्याला फसवतात.

म्हणून 'मी'पणाच्या अहंभावाने प्रारंभ होणाऱ्या संकल्पांपासून निर्माण झालेल्या इच्छांचा त्याग करणं म्हणजेच आत्मसंयम होय. उदाहरणार्थ - 'मी हे करणार आहे' असा विचार करण्याऐवजी, 'ईश्वर या शरीराकडून हे करून घेईल... मग त्याचं जे काही फळ प्राप्त होईल, तीसुद्धा त्याचीच इच्छा...!' म्हणजेच, कर्ताही तोच आणि कर्मफल प्राप्त करणाराही तोच, असा विचार करायला हवा. अन्यथा, जोपर्यंत 'मी'पासून प्रेरित संकल्प आणि इच्छा-आकांक्षा जागृत आहेत, तोपर्यंत ईश्वरीय अनुभवाला स्थैर्य प्राप्त होणार नाही. अहंभावापासून ('मी'पासून) अलिप्त झाल्यानंतरच 'ईश्वरीय', 'स्व'चा अनुभव घेतला जाऊ शकतो.

मात्र आपलं मन जर चंचल असेल, तर त्याला वेळोवेळी विषयांपासून दूर करून, परमात्म्याशी (सेल्फशी) संलग्न करावं लागेल. 'चराचरात ईश्वर आहे' या चिंतनासह आपल्या मनाला सत्-चित् मन बनविण्यासाठी प्रयत्न करावा लागेल. आपण जे काम वारंवार करत राहतो, त्याला आपलं अचेतन मन सवयीत रूपांतरित करतं. अशा स्थितीत आपल्या मनात सातत्याने 'चराचरात ईश्वर आहे' याचं चिंतन सुरू राहिलं, तर त्याचीदेखील आपल्याला सवय होऊन जाईल. मग आपलं अचेतन मन आपल्याला विषय-वासनांकडे, वृत्तींकडे नाही तर सत्याच्या स्मृतींकडे घेऊन जाईल.

चला तर, आपल्या मनाला सत्-चित्-मन आणि या देहाला देवाचं मंदिर बनवूया. श्रीकृष्णांनी सांगितल्यानुसार कर्मसंन्यासी आणि पंचयोगी बनण्यासाठी या दोन अध्यायांतील ज्ञानामृत प्राशन करूया. या ग्रंथाचं वाचन पूर्ण संयमासह आणि दररोज किमान दोन तरी पानं वाचून करूया.

...सरश्री

अध्याय ५
कर्मसंन्यास योग

॥ अध्याय ५ - सूची ॥

श्लोक	विषय	पृष्ठ
१-५	कर्मयोग आणि कर्मसंन्यास	११
६-१३	जितेंद्रिययोगी आणि सांख्ययोगी	१९
१४-२०	परमात्मा आणि ज्ञानीजन	३१
२१-२६	बुद्धिमान सांख्ययोगी	४५
२७-२९	ध्यान आणि भक्त्योगी	५५

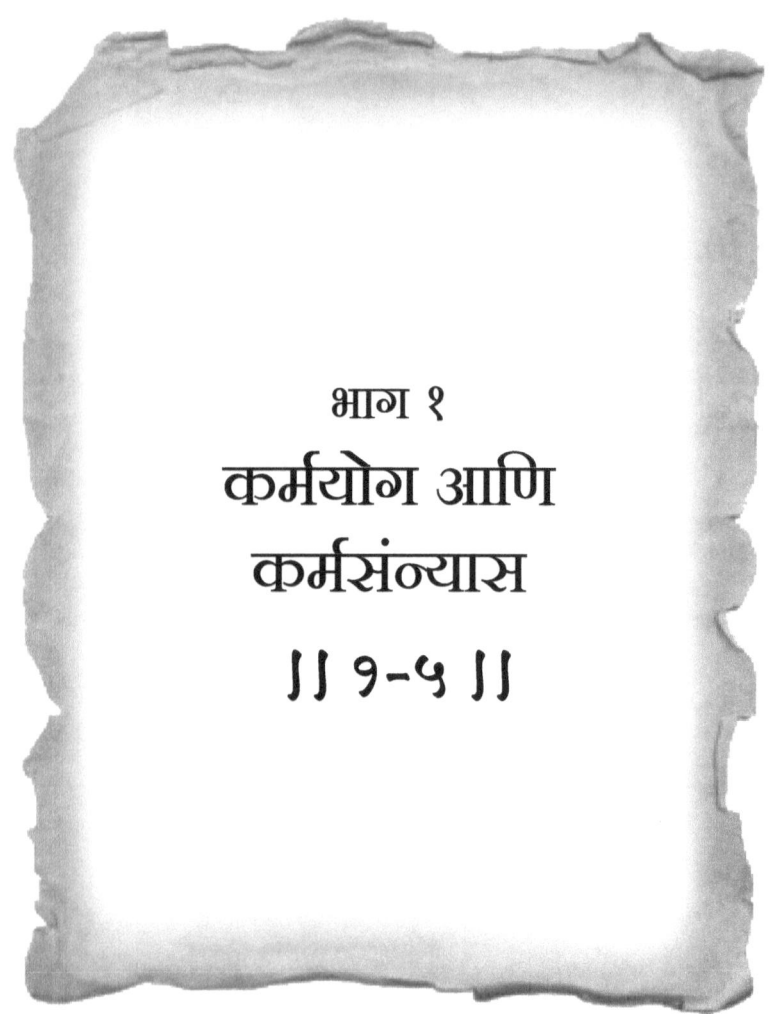

भाग १
कर्मयोग आणि कर्मसंन्यास
|| १-५ ||

अध्याय ५

सन्न्यासं कर्मणां कृष्ण पुनर्योगं च शंससि। यच्छ्रेय एतयोरेकं तन्मे ब्रूहि सुनिश्चितम् ।।१ ।।

श्रीभगवानुवाच

सन्न्यासः कर्मयोगश्च निःश्रेयसकरावुभौ । तयोस्तु कर्मसन्न्यासात्कर्मयोगो विशिष्यते ।।२ ।।

ज्ञेयः स नित्यसन्न्यासी यो न द्वेष्टि न काङ्क्षति । निर्द्वन्द्वो हि महाबाहो सुखं बन्धात्प्रमुच्यते ।।३ ।।

साङ्ख्ययोगौ पृथग्बालाः प्रवदन्ति न पण्डिताः। एकमप्यास्थितः सम्यगुभयोर्विन्दते फलम् ।।४ ।।

यत्साङ्ख्यैः प्राप्यते स्थानं तद्योगैरपि गम्यते । एकं साङ्ख्यं च योगं च यः पश्यति स पश्यति ।।५ ।।

१

श्लोक अनुवाद : अर्जुन म्हणाला, 'हे श्रीकृष्णा! तुम्ही आधी कर्मसंन्यासाची आणि मग कर्मयोगाची प्रशंसा करता! म्हणून माझ्यासाठी या दोहोंपैकी कल्याणकारक असं अगदी निश्चित जे एक साधन असेल, तेच मला सांगा.'।।१।।

गीतार्थ : श्रीकृष्णांनी अर्जुनाला आयुष्य जगण्यासाठीच्या दोन पद्धती विशद केल्या. त्यांतील पहिली सांख्ययोग अथवा ज्ञानयोग, जो आत्मसात केल्यानंतर मनुष्याला अकर्माची अवस्था प्राप्त होते. दुसरी पद्धत आहे, कर्मयोग. दोन्हीही मार्ग समजण्यासाठी मनन करण्याची खूप आवश्यकता असते. जे ज्ञान जाणून घेण्यासाठी महान योगींनी आणि दिग्गज ऋषींनी स्वतःचं संपूर्ण आयुष्य व्यतीत केलं, मात्र अर्जुनाला ते शीघ्रतेनं प्राप्त झालं. अर्थातच या सर्वोच्च ज्ञानाचं आकलन आणि ते ग्रहण करणं त्याला अतिशय कठीण वाटलं असेल. 'तुम्ही माझा स्वभाव, वृत्ती आणि मानसिक स्थिती या सर्व गोष्टी चांगल्या प्रकारे जाणता, त्यामुळे मी ज्या मार्गाने जाणं श्रेयस्कर ठरेल, ज्याने माझं कल्याणच होणार आहे, असा निश्चित मार्ग मला सांगा,' अशी विनंती रणांगणावर उभा असलेला अर्जुन श्रीकृष्णांना करत होता.

२-३

श्लोक अनुवाद : भगवान श्रीकृष्ण म्हणाले, 'कर्मसंन्यास म्हणजे मन, इंद्रियं आणि शरीर यांद्वारे होणाऱ्या सर्व कर्मांतील कर्तेपणाचा त्याग आणि कर्मयोग म्हणजे समत्व बुद्धीने ईश्वरीय कर्म करणे, हे दोन्हीही तसे परमकल्याणकारीच मार्ग आहेत. परंतु या दोहोतही कर्मसंन्यासापेक्षा कर्मयोग हा साधण्यास सोपा असल्याने तो श्रेष्ठ आहे.'।।२।।

हे अर्जुना! जो मनुष्य कोणाचा द्वेष करीत नाही, कशाची अपेक्षा करीत नाही, तोच कर्मयोगी नेहमी संन्यासी समजावा. कारण राग-द्वेष इत्यादी द्वंद्वांनी रहित असलेला मनुष्य संसारबंधनातून सुखाने मुक्त होतो।।३।।

गीतार्थ : श्रीकृष्णांनी अर्जुनाला निष्काम कर्मयोग आणि कर्मसंन्यासाचा मार्ग

अध्याय ५ : २-३

दाखवला. कर्मसंन्यासाचं तात्पर्य आहे, 'मी शरीर नाही, ईश्वर आहे' हे अनुभवाने जाणणं. कारण हे जाणल्यानंतरच मनुष्याकडून असं कर्म होतं, जे ज्ञानयोगात, अकर्ताभावात स्थित झाल्यानंतर घडतं. आपल्या शरीरात असलेला 'व्यक्तिगत मी'चा भाव विलीन करून स्वतःमध्ये त्या 'अव्यक्तिगत मी'ला म्हणजेच सेल्फला जागृत केल्यानंतर शरीराद्वारे जी काही कर्म घडतात, ती अकर्ता भावनेनंच होतात. त्यासाठीच अशा कर्मांना अकर्म म्हटलं जातं. अकर्माची अवस्थाच कर्माचा संन्यास आहे. कारण तिथे ना कोणी कर्ता असतो, ना कर्म. जे काही घडतं, ते केवळ आणि केवळ घडत असतं.

श्रीकृष्ण अर्जुनाला सांगत आहेत, "तसं पाहिलं तर हे दोन्ही मार्ग परमकल्याणकारी आहेत. परंतु या दोन्हीमध्येदेखील कर्मयोग साधणं हे कर्मसंन्यास साधण्यापेक्षाही अधिक सहज आहे. म्हणून तुझ्यासाठी तोच श्रेष्ठ आहे." श्रीकृष्ण असं का म्हणाले, हे आता आपण समजून घेऊया.

एक बालक जेव्हा जन्माला येतं, तेव्हा त्याच्यात 'व्यक्तिगत मी'चा भाव नसतो, ते निरागस असतं, ईश्वरीय अनुभवातच रममाण असतं. त्याच्या क्रियाही पशुपक्ष्यांसारख्या अगदी सहज असतात. त्यावेळी त्याचं प्रत्येक कर्म खरंतर अकर्मच असतं. त्याचे कुटुंबीय जोपर्यंत त्याला वेगळ्या 'मी'ची जाणीव देत नाहीत, तुझं नाव अमुक-अमुक आहे... हे सांगत नाही तोपर्यंत असं घडतच राहतं. मग त्याचं नामकरण होतं. त्यानंतर त्याला वारंवार सांगितलं जातं, 'तुझं हे नाव आहे, ही तुझी आई आहे, हे बाबा आहेत, हे आजोबा आहेत...' अशा प्रकारे ते बालक स्वतःला इतरांपेक्षा वेगळं ('मी') मानू लागतं, शरीर समजू लागतं.

जसजसं ते मोठं होत जातं, तसतसं त्याच्यात मी, माझं, तू, तुझं, हे मी केलं, हे तू केलं... असे भाव अगदी सहजपणे निर्माण होतात. कारण त्याच्या अवतीभोवतीचं जग अशाच प्रकारे विचार करतं, हे ते पाहत असतं.

त्याला त्याच्या कुटुंबीयांकडूनही हीच शिकवण मिळते, की 'आपल्याला इतरांपेक्षा अधिक चांगलं काहीतरी बनायचं आहे, इतरांपेक्षा काही चांगलं करायचं आहे...' इत्यादी. साहजिकच ते बालक स्वार्थी जीवन जगू लागतं आणि वारंवार दुःखी, तणावग्रस्त होतं. कारण बऱ्याचशा गोष्टी त्याच्या मनाप्रमाणे होत नसतात.

'मी सर्वांपेक्षा वेगळा... इतर माझ्यापेक्षा वेगळे... आणि ईश्वरही आम्हा सर्वांहून वेगळा...' अशाच प्रकारची धारणा विश्वातील बहुसंख्य लोक बाळगतात. आता अशा धारणांमध्ये गुरफटलेल्या मनुष्याला आत्मयोग अथवा ज्ञानयोगाचं ज्ञान दिलं, तर ते त्याला समजणार कसं?

म्हणून सर्वप्रथम मनुष्याने त्याच्या मनाच्या शुद्धतेवर काम करायला हवं. आधी त्याच्या मनात ईश्वराप्रति श्रद्धा आणि भक्ती निर्माण करायला हवी. कारण त्याच्यात भक्तिभाव जागृत झाल्यानंतरच त्याचं मन शुद्ध होईल. परिणामी कपट, ईर्ष्या, स्वार्थ यांसारख्या अवगुणांतून तो मुक्त होईल, त्याच्यात स्वीकारभाव जागृत होईल.

त्यानंतर त्याला सांगितलं जाईल, 'तुम्ही केवळ तुमचं कर्म करा, फळाची अपेक्षा, चिंता करू नका. ईश्वर तुमच्याकडे लक्ष देईल... तो तुम्हाला योग्य ते फळ नक्कीच देईल... गुरू आणि ईश्वर यांच्यावर श्रद्धा असल्याने तो या बाबीचा स्वीकार करेल. मग तो जेव्हा असं करू लागेल, तेव्हा त्याची फळाविषयीची आसक्ती कमी होत जाईल. फलस्वरूप त्याचं दुःख आणि तणाव कमी होऊन तो अधिकाधिक सुयोग्य प्रकारे जीवन व्यतीत करेल.

यानंतर आणखी एक पाऊल पुढे टाकलं जातं. त्याला सांगितलं जातं, 'स्वार्थासाठी काम करू नकोस, ईश्वरासाठी निमित्त बनून कर्म कर. आपल्या कर्मांमागील भावना बदलून ती अवैयक्तिक बनव. त्यानंतर जे फळ मिळेल ते ईश्वराला समर्पित कर. कारण कर्मही त्याचंच आहे आणि फळदेखील

त्याचंच...' अशा प्रकारे त्याला श्रद्धा आणि भक्ती यांच्या साहाय्याने निष्काम कर्मयोगाच्या मार्गावर अग्रेसर केलं जातं.

श्रीकृष्ण पुढे सांगतात, "एक कर्मयोगी मनुष्य संसारात राहूनही संन्याशासमानच असतो. मग भलेही बाह्यरूपाने तो संन्याशासारखा दिसत नसला, तरीही त्याची आंतरिक स्थिती ही संन्याशासमानच असते. कारण तो क्रोध, द्वेष आणि सर्व प्रकारच्या आसक्तींपासून दूर झालेला असतो, ईश्वरास पूर्णपणे समर्पित झालेला असतो, म्हणून ईश्वरीय इच्छेनुसार स्वीकारभावात जीवन जगतो."

४-५

श्लोक अनुवाद : वर उल्लेखलेले संन्यास आणि कर्मयोग वेगवेगळी फळं देणारे आहेत, असं मूर्ख लोक म्हणतात; पंडित नव्हे. कारण या दोहोंपैकी एकाही स्थानी उत्तम प्रकारे स्थित असलेला मनुष्य दोहोंचं फलस्वरूप असलेल्या परमात्म्याला प्राप्त होतो।।४।।

ज्ञानयोग्यांना जे परमधाम प्राप्त होतं, तेच कर्मयोग्यांनाही प्राप्त होतं. म्हणून जो मनुष्य ज्ञानयोग आणि कर्मयोग हे फळाच्या दृष्टीने एकच आहेत असं जाणतो, तोच खऱ्या अर्थाने जाणत असतो।।५।।

गीतार्थ : श्रीकृष्ण सांगतात, "ज्ञानयोग (कर्मसंन्यास, कर्ताभावाचा त्याग) आणि कर्मयोग हे वरवर पाहता जरी वेगवेगळे मार्ग दिसले, तरी दोन्ही एकाच ठिकाणी म्हणजे स्वानुभवावरच पोहोचवतात."

ज्ञानयोगीसाठी त्याचं शरीर सेल्फचं माध्यम आहे. त्याच्या शरीराद्वारे सेल्फच अभिव्यक्ती करतोय, हे तो जाणत असतो. कर्मयोगीदेखील आपल्या शरीराला ईश्वराचं (सेल्फचं) माध्यम बनवतो, तोदेखील सेल्फसाठीच कर्म करतो आणि त्या कर्माचं फळदेखील सेल्फलाच समर्पित करतो. अशा रीतीने

दोन्ही मार्गांत मनुष्य अहंकारशून्य बनून कर्म करतो, त्यामुळे तो अकर्माची अवस्था प्राप्त करतो. परंतु मूर्ख (अज्ञानी) मनुष्य मात्र दोन्ही मार्ग वेगवेगळं फळ देतात असं मानतो, जे सर्वथा अयोग्य आहे.

उदाहरणार्थ, श्रीराम ज्ञानयोगी होते. त्यांना त्यांचे गुरू वसिष्ठ यांच्याकडून 'वसिष्ठ गीता'च्या रूपाने ज्ञानयोगाची समज प्राप्त झाली. त्यानंतर त्यांनी विश्वात ज्या लीला अथवा अभिव्यक्ती केली, ती सेल्फवर स्थापित होऊनच. त्यांची सर्व कर्मं अकर्मं होती. म्हणून ती कोणत्याही बंधनाचं कारण बनली नाहीत. तसंच, त्यांचे परमभक्त हनुमान हे कर्मयोगी होते. ते जे काही करत असत, ते तन-मन-धनाने श्रीरामांनाच समर्पित करत. ते स्वतःला श्रीरामांचा दास समजत. त्यांच्या प्रत्येक कार्याचं श्रेय ते श्रीरामांनाच देत असत आणि त्याचं फळदेखील श्रीरामांनाच समर्पित करत. 'श्रीरामच सर्वकाही करणार आहेत, मी तर केवळ निमित्तमात्र आहे,' या भावनेनेच ते प्रत्येक कर्म करत असत.

हनुमान प्रत्येक कर्म अहंकारशून्य होऊन आणि अनासक्त भावनेने करत असल्याने त्यांचं प्रत्येक कर्म सेवाच होतं, त्यामुळेच त्यांचं कर्मदेखील वास्तविक अकर्मच होतं, ज्याचं कोणतंही बंधन बनत नसे.

अशा प्रकारे ज्ञानयोग आणि कर्मयोग या दोन्ही मार्गांवर मनुष्य अहंकारशून्य होतो. कर्म आणि कर्मफल या दोन्हींविषयी त्याला आसक्ती नसते. अशा वेळी एक तर तो राम बनतो, अथवा हनुमान!

अध्याय ५ : ४-५

● मनन प्रश्न :

१. श्रीराम आणि हनुमान यांच्या उदाहरणातून कर्मयोग आणि ज्ञानयोग यांतील कोणता सूक्ष्म फरक तुमच्या लक्षात आला?

२. तुम्हाला कोणता मार्ग सरळ, सुलभ वाटतो आणि का?

भाग २
जितेंद्रिययोगी आणि सांख्ययोगी
|| ६-१३ ||

अध्याय ५

सन्न्यासस्तु महाबाहो दुःखमाप्तुमयोगतः । योगयुक्तो मुनिर्ब्रह्म नचिरेणाधिगच्छति।।६ ।।

योगयुक्तो विशुद्धात्मा विजितात्मा जितेन्द्रियः। सर्वभूतात्मभूतात्मा कुर्वन्नपि न लिप्यते ।।७ ।।

नैव किंचित्करोमीति युक्तो मन्येत तत्ववित् । पश्यञ्श्रृण्वन्स्पृशञ्जिघ्रन्नश्नन्गच्छन्स्वपंश्वसन् ।।८ ।।

प्रलपन्विसृजन्गृह्णन्नुन्मिषन्निमिषन्नपि। इन्द्रियाणीन्द्रियार्थेषु वर्तन्त इति धारयन ।।९ ।।

ब्रह्मण्याधाय कर्माणि सङ्गं त्यक्त्वा करोति यः। लिप्यते न स पापेन पद्मपत्रमिवाम्भसा ।।१० ।।

कायेन मनसा बुद्धया केवलैरिन्द्रियैरपि। योगिनः कर्म कुर्वन्ति संग त्यक्त्वात्मशुद्धये।।११ ।।

युक्तः कर्मफलं त्यक्त्वा शान्तिमाप्नोति नैष्ठिकीम्। अयुक्तः कामकारेण फले सक्तो निबध्यते।।१२ ।।

सर्वकर्माणि मनसा संन्यस्यास्ते सुखं वशी । नवद्वारे पुरे देही नैव कुर्वन्न कारयन् ।।१३ ।।

६-७

श्लोक अनुवाद : परंतु हे अर्जुन! कर्मयोगाशिवाय संन्यास, म्हणजेच मन, इंद्रियं व शरीर यांच्याद्वारे होणाऱ्या सर्व कर्मांच्या बाबतीत कर्तेपणाचा त्याग होणं कठीण आहे आणि भगवत्स्वरूपाचं चिंतन करणारा कर्मयोगी परब्रह्म परमात्म्याला फार लवकर प्राप्त होतो.।।६।।

मात्र, ज्याचा स्वतःच्या मनावर संयम आहे, जो इंद्रियनिग्रही आणि शुद्ध अंतःकरणाचा आहे, तसेच सर्व सजीवांचा आत्मरूप परमात्माच ज्याचा आत्मा आहे, असा कर्मयोगी कर्म करूनही त्यापासून अलिप्तच राहतो.।।७।।

गीतार्थ : श्रीकृष्ण अर्जुनाला सांगत आहेत, ''मनुष्याला कर्मयोगी बनल्याशिवाय कर्मसंन्यास साधणं, कर्ताभावाचा त्याग करता येणं अतिशय कठीण आहे.'' याचं कारण आपण या अध्यायातील श्लोक २ आणि ३ मध्ये सविस्तरपणे समजून घेतलं. मनुष्याचं संगोपनच अशा रीतीने होतं, की तो आपली ओळख शरीराशीच जोडतो. थोडंसं समजायला लागताच तो स्वतःला शरीर मानू लागतो आणि शरीरालाच क्रिया करणारा, म्हणजे कर्ता समजतो. त्याने ध्यान जरी केलं तरी तो म्हणतो, 'आज माझं ध्यान खूप छान झालं किंवा आज मी खूप वेळ ध्यान केलं.' भजन म्हटलं, तरी तो स्वतःला भजन म्हणणारा समजतो, मनन केलं तरी तो स्वतःला मनन करणारा समजतो.

अशा स्थितीत स्वतःला शरीरापासून वेगळं करून पाहणं आणि सेल्फशी जोडणं खूप कठीण जातं. त्याऐवजी एखाद्या बाह्य ईश्वरीय प्रतीकापुढे किंवा गुरूप्रति श्रद्धेने समर्पित होणं हे त्याच्यासाठी अधिक सुकर बनतं. ईश्वराप्रति समर्पित होऊन, गुरूंकडून मिळालेलं ज्ञान ग्रहण करून मनुष्य प्रथम कर्मयोगी बनायला शिकतो, त्यानंतर तो कर्मयोगी बनून अहंकारशून्य होतो. मात्र, अहंकार नष्ट झाल्यानंतर आत्मज्ञानाप्रति तो अधिक ग्रहणशील बनतो.

त्यानंतर गुरू त्याला सांगतात, 'ज्या ईश्वराला तू बाह्यजगतात शोधतोस, वास्तवात तो तर तुझ्या अंतरंगातच आहे. तूच ईश्वर आहेस, तू स्वतःचा शोध

घे आणि हे सत्य अनुभवाद्वारे जाण.' हेच वास्तव आहे. मग गुरूंच्या मार्गदर्शनाचा लाभ घेत ईश्वराच्या वास्तविक स्वरूपावर मनन करून तो 'मी कोण आहे' या प्रश्नावर स्वचौकशी (सेल्फ एन्क्वायरी) करतो. त्यानंतर सजगतापूर्ण ध्यान आणि मनन यांच्या साहाय्याने तो एके दिवशी आत्मानुभव प्राप्त करून खऱ्या अर्थाने कर्मसंन्यास साधतो. मग त्याच्याद्वारे जी कर्मं घडतात, ती सर्व सेल्फचीच कर्मं बनतात.

कृष्णभक्त मीरा या कर्मयोगी होत्या, हे तर सर्वजण जाणतात. त्यांची सर्व कर्मं, इतकंच नव्हे तर त्यांचं जीवनदेखील कृष्णाला समर्पित होतं. मीरेला जेव्हा संत रविदास यांच्याकडून आत्मज्ञान प्राप्त झालं, तेव्हा त्यांच्यात स्वबोध जागृत झाला. त्यानंतर त्यांनी भजन गायलं, 'पायो जी मैंने राम रतन धन पायो... वस्तु अमौलिक दी मेरे सत्‌गुरु कृपा कर अपनायो...।' अर्थात, आत्मज्ञान प्राप्त झाल्यानंतर त्यांच्या दृष्टीने राम आणि श्याम यांच्यातील फरक संपुष्टात आला. आता दोघांमध्ये त्यांना तीच चेतना दिसत होती. त्या म्हणतात, 'माझ्या सद्‌गुरूंनी मला रामनामाची अनमोल वस्तू दिली (ज्ञान दिलं) आहे.' स्वबोध हीच ती अनमोल वस्तू आहे, मग तिला कोणतंही नाव द्या- राम, श्याम, ईश्वर, अल्लाह, सेल्फ... खरंतर ती सगळी एकच आहे.

श्रीकृष्ण पुढे सांगतात, 'ज्या मनुष्याचं मन आणि इंद्रियं त्याच्या नियंत्रणात असतात... ज्याचं अंतःकरण शुद्ध आहे, म्हणजेच ज्याचे भाव आणि विचार शुद्ध आहेत... ज्याच्यात कोणताही विकार नाही... ज्याच्यात सर्वांविषयी प्रेम आणि करुणा आहे... त्याचप्रमाणे जो सर्व प्राणिमात्रांमध्ये आणि स्वतःमध्येदेखील सेल्फच पाहतो, तो कर्मयोगी कर्मबंधनात बद्ध होत नाही. वास्तविक सर्वांमध्ये आणि स्वतःमध्येदेखील सेल्फ पाहणारा कर्मयोगी आत्मयोगी किंवा एक तत्त्वदर्शी बनतो, त्याची कर्मं अकर्म असतात. म्हणून तो सदैव मुक्त असतो.'

८-९

श्लोक अनुवाद : सांख्ययोगी तत्त्ववेत्त्याने पाहताना, ऐकताना, स्पर्श करताना, वास घेताना, भोजन करताना, चालताना, झोपताना, श्वासोच्छ्वास करताना, बोलताना, त्याग करताना, ग्रहण करताना, उत्सर्जन करताना, तसेच डोळ्यांनी उघडझाप करतानाही सर्व इंद्रियं आपापल्या विषयांमध्ये संलग्न आहेत, कार्यरत आहेत. मी या सर्वांपासून अलिप्त असून निःसंशय मी काहीच करीत नाही असे समजावे।।८-९।।

गीतार्थ : जो मनुष्य प्रत्येक क्षणी आपल्या हृदयात विराजमान असलेल्या सेल्फवर स्थापित असतो आणि त्या अवस्थेतच सारी कामं करतो, त्यालाच श्रीकृष्णांनी सांख्ययोगी म्हटलं आहे. अशा अवस्थेत कर्ताभाव पूर्णपणे नाहीसा होऊन स्वसाक्षीभावनेचा जन्म होतो. 'स्वसाक्षी भाव' याचा अर्थ आहे, साधक स्वानुभवावर स्थापित होऊन प्रत्येक क्रियेप्रति साक्षी बनतो, सर्व घटनांकडे तटस्थपणे पाहतो.

प्रत्येक गोष्ट पाहताना तो अनुभवाने हे जाणतो, की डोळे पाहत आहेत. कारण मी शरीर किंवा शरीराचे नेत्र नसून मी तर केवळ जाणणारा आहे. शब्द कानांवर पडत आहेत म्हणजे कान ऐकत आहेत. कान ऐकताहेत हे मी केवळ जाणत आहे. भूक लागली तर ती शरीरास लागली आहे, भुकेसाठी मी केवळ साक्षी आहे. तहान लागल्याने पाणी प्याल्यानंतर शरीर तृप्त झालं; पण शरीर तृप्त होत असल्याचं मी तर केवळ जाणत आहे.

अशा रीतीने प्रत्येक क्रियेप्रति जेव्हा साक्षीभाव जागृत होईल, तेव्हा ती क्रिया स्वघटित आणि स्वचलित आहे याची प्रचिती येईल, तिथे कर्ता कुणीही उपस्थित नसेल, त्यामुळे कर्ताभाव पूर्णपणे नाहीसा होईल आणि अकर्ताभाव प्रकट होईल. हे आपण पुढीलप्रमाणे समजून घेऊ. जसं, तुम्ही एखादा पदार्थ खाता तेव्हा म्हणता, 'मी अमुक पदार्थाची चव घेतली'; परंतु

त्या पदार्थाच्या स्वादाचा अनुभव तुम्ही घेत नाही, तुम्ही त्याचे भोक्ताही नाही. खरंतर तुमच्या जिभेने त्याचा स्वाद घेतला, तुम्ही नव्हे. भोगणारी इंद्रियं आहेत तुम्ही नाही, हेच याद्वारे समजायचं आहे.

अगदी अशाच प्रकारे शरीरास जेव्हा हवा किंवा उन्हाचा स्पर्श होईल, तेव्हा तुम्हाला कोणता विचार यायला हवा? तुमची समज हीच असायला हवी, की 'मी हा स्पर्श जाणत नाही, तर त्वचा तो जाणत आहे.'

शरीराच्या प्रत्येक इंद्रियासोबत तुम्हाला काही अनुभव येत असतो. जसं, नाकाद्वारे गंध, जिभेद्वारे स्वाद, त्वचेद्वारे स्पर्श, कानाद्वारे आवाज इत्यादी. मात्र या सर्व अनुभवाचे भोक्ता तुम्ही नाही, हे लक्षात ठेवा. या सर्व गोष्टी तुमच्यासोबत नव्हे, तर इंद्रियांसोबत घडताहेत. चालण्याची क्रिया होत असेल, तर 'चालण्याची क्रिया मी करत नाही, मी यापासून वेगळा आहे', ही समज असायला हवी. अगदी याचप्रमाणे तुम्ही जेव्हा म्हणता 'ही माझी जीभ आहे', तेव्हा तुम्ही जिभेपासून वेगळे आहात, असाच याचा अर्थ होतो.

समजा, तुम्ही एखादं ठिकाण दुर्बिणीद्वारे पाहत असाल, तर दुर्बिणीच्या माध्यमातून तुम्हाला ते दृश्य दिसत असतं. परंतु दुर्बीणच जर स्वतःला 'मी पाहत आहे' असं समजू लागली, तर तुम्ही तिला म्हणाल, 'तू तर केवळ एक उपकरण आहेस, वास्तविक पाहत आहेत ते माझे डोळे.' दुर्बीण हे उपकरण आहे आणि आपण तिच्यापासून वेगळे आहोत, द्रष्टा आहोत, हे तुम्हाला अशा वेळी स्पष्टपणे समजू शकेल. अगदी अशाच प्रकारे तुम्ही तुमच्या डोळ्यांद्वारे पाहत असता. दुर्बीण हे जसं उपकरण आहे, त्याचप्रमाणे डोळादेखील केवळ एक अवयवच आहे आणि तुम्ही त्या डोळ्यांद्वारे पाहणारे द्रष्टा! डोळ्यांपासून वेगळा... अगदी या शरीरापासूनही जो पूर्णपणे वेगळा आहे, तो तुम्ही आहात.

१०-११

श्लोक अनुवाद : जो पुरुष सर्व कर्मं परमात्म्याला अर्पण करून, अनासक्त भावनेनं कर्म करतो, तो पाण्यातील कमलपत्राप्रमाणे अलिप्त राहतो, पापाने प्रभावित होत नाही।।१०।।

कर्मयोगी ममत्वबुद्धी सोडून, केवळ अंतःकरणाच्या शुद्धीसाठी इंद्रियं, मन, बुद्धी आणि शरीर यांद्वारे अनासक्त भावनेने कर्म करतात।।११।।

गीतार्थ : प्रस्तुत श्लोकात श्रीकृष्णांनी खऱ्या कर्मयोग्याला कमळाच्या पानाची उपमा दिली आहे. कमळाच्या पानावर जसे पाण्याचे थेंब टिकत नाहीत, ते निसटून जातात, अगदी त्याचप्रमाणे कर्मयोगी मनुष्याच्या मनावर कर्म करण्याचा अहंभाव (कर्ताभाव) आणि त्या कर्माचं फळदेखील चिकटत नाही. म्हणजेच तो त्या कर्माचं श्रेय घेत नाही. तो कर्मातील कर्ताभाव आणि त्या कर्मफळाविषयीची आसक्ती या दोन्ही गोष्टी दूर सारून ईश्वरीय कार्यात निमित्त बनून कर्म करतो. त्यामुळेच तो कोणत्याही प्रकारच्या पापाचरणात अथवा बंधनात अडकत नाही.

तसं पाहिलं तर कर्मयोगी मनुष्य हा केवळ कमलदलाप्रमाणेच नसतो, तर तो साक्षात कमळाप्रमाणेच असतो. कमळ चिखलात उगवत असलं, तरी ते चिखलातून वर येऊन स्वतःच्या सौंदर्याची आणि गुणांची अभिव्यक्ती करतं. चिखल त्याच्या सौंदर्याला बाधित करू शकत नाही.

चिखलात उगवलेल्या कमळाप्रमाणेच एक कर्मयोगीदेखील मायेच्या विकारात लिप्त असलेल्या जगात राहूनही मायेपासून निर्लिप्त राहतो. तो कोणत्याही मोहात अडकत नाही. तो इंद्रियं, मन, बुद्धी आणि शरीर यांच्याविषयीची आसक्ती त्यागून आपलं मन शुद्ध आणि निर्मल बनवतो. अशा प्रकारे तो अहंकारशून्य बनून शुद्ध मन, भाव आणि दिव्य गुणांची उच्च अभिव्यक्ती करून आपलं आत्मबोधरूपी परमलक्ष्य प्राप्त करतो.

१२

श्लोक अनुवाद : कर्मयोगी कर्मांच्या फळांचा त्याग करून भगवत्प्राप्तीरूप शांतीला प्राप्त होतो आणि कामना असलेला पुरुष कामनांच्या प्रेरणेमुळे फळांत आसक्त होऊन बद्ध होतो।।१२।।

गीतार्थ : एखाद्या इच्छेत बाधा निर्माण झाल्यानंतरच आपल्या मनाची शांती भंग होते, हे बारकाईने अवलोकन केलं तर दिसून येईल. मनात कामना असणं आणि त्या आपल्या मनाप्रमाणेच पूर्ण व्हाव्यात अशी इच्छा बाळगणं, हेच खरंतर आपल्या अशांतीचं आणि दुःखाचं कारण बनतं. कर्मयोग्यास एखादी इच्छा असली, तरी तिच्या पूर्ततेबाबत (फळाविषयी) तो अनासक्त असतो. त्यामुळेच त्यांची शांती तसूभरही ढळत नाही. तो प्रत्येक इच्छा आणि कर्मफल ईश्वराला समर्पित करून म्हणतो, 'तुझी इच्छा तीच माझी इच्छा.'

इच्छा निर्माण होणं आणि विलीन होणं, या गोष्टींकडे जो साक्षीभावाने पाहू शकतो, त्यालाच कर्मयोगी म्हटलं जातं. शिवाय, ज्याची इच्छापूर्तीसाठी घोडदौड चाललेली असते, जो फळाविषयी आसक्त झालेला असतो त्याला पापभोगी असं संबोधलं जातं.

इच्छा कशा निर्माण होतात, या प्रश्नावर आता बारकाईने विचार करूया. रेल्वेने जाणारा एक मनुष्य प्लॅटफॉर्मवर उभा असतो, तेव्हा त्याची इच्छा असते, ट्रेन लवकर यावी... मग ट्रेन आल्यानंतर दुसरी इच्छा निर्माण होते, आता बसायला जागा मिळावी... जागा मिळाल्यानंतर तिसरी इच्छा निर्माण होते, लवकरात लवकर ती आपल्या शहरात पोहोचावी... शहरात पोहोचल्यानंतर पटकन घरी पोहोचावं... मग घरी पोहोचल्यानंतर गरमागरम चहा मिळावा... अशा प्रकारे एक इच्छा पूर्ण होते न होते तोच दुसरी निर्माण होते. इच्छांचा अंत दूरदूर पर्यंत कुठेही दिसत नाही. परिणामी जीवनाच्या

अध्याय ५ : १२

अंतापर्यंत कधीही पूर्ण न होणाऱ्या कामनांची ट्रेन कायम धावतच असते. मात्र, या तर केवळ वरवरच्या स्थूल इच्छा आहेत. याशिवाय सूक्ष्म इच्छाही असतात, ज्याविषयी मनुष्य अनभिज्ञ असतो.

जसं, तुम्ही अगदी आरामात फिरत असता आणि अचानक कोणी येऊन तुम्हाला म्हणतं, 'तुमचा मित्र आला आहे' त्यावर तुम्ही त्वरित उत्तरता, 'अरे! त्याला हीच वेळ मिळाली का यायची?' अर्थात, तुमच्या मनात 'यावेळी कोणीही येऊ नये' ही सूक्ष्म इच्छा असते. अशा प्रकारे मनुष्याच्या मनात कितीतरी सूक्ष्म इच्छा असतात, ज्या त्याच्या कधीही लक्षात येत नाहीत. जसं, लाइट बंद होऊ नये... भूकंप होऊ नये... नको असलेले पाहुणे येऊ नयेत... गल्लीतील मुलांनी गोंधळ घालू नये... दरवाजाची बेल कोणीही वाजवू नये... गाडी बंद पडू नये... पाणी जाऊ नये... इत्यादी.

या सूक्ष्म इच्छा घटनांदरम्यानच प्रकाशात येतात. जसं, टीव्ही पाहत असताना जर लाइट गेली तर लक्षात येतं, की 'लाइट जाऊ नये' ही सूक्ष्म इच्छा मनात होती. मनुष्याचं मन अशा कित्येक सूक्ष्म इच्छांनी भरलेलं आहे. या सूक्ष्म इच्छांतून मुक्त होण्यासाठी त्याने दररोज पुढील दोन पावलं टाकायला हवीत. त्यातील पहिलं पाऊल आहे- आपल्यातील सूक्ष्म कामना शोधून त्या प्रकाशात आणणं आणि दुसरं पाऊल आहे- त्या कामनांचा समजरूपी प्रकाशात स्वीकार करणं. या दोन पावलांचा नियमितपणे अभ्यास केला, तर इच्छांमध्ये बाधा निर्माण होऊनही तुम्ही त्याविषयी अनासक्त, स्थिर आणि शांत राहू शकाल. त्यानंतर तुम्ही यत्किंचितही कंपित अथवा विचलित होत नाही, हे काही दिवसांतच तुमच्या लक्षात येईल.

मग आता प्रश्न असा निर्माण होतो, की असं कोणतं अज्ञान मनुष्यात दडलेलं आहे, ज्यामुळे तो कोणताही सारासार विचार न करता इच्छांच्या ट्रेनमध्ये स्वार होतो? याचं उत्तर आहे, तो स्वतःला शरीर समजून शरीराच्या कामनांविषयी आसक्त होतो. परिणामी मनुष्य इंद्रियांच्या मायाजालात

गुरफटून जातो. जसं, सुंदर दृश्य पाहून डोळे सुखावतात. जिभेला स्वादिष्ट भोजनाची लालसा असते. नाक सुगंधासाठी व्याकूळ होतं. त्वचेला कोमल, मुलायम स्पर्श आवडतो. कान मधुर आवाज ऐकण्यासाठी आतुरलेले असतात. वास्तविक या सर्व इच्छा इंद्रियांशी निगडित आहेत. परंतु मनुष्यात हा भ्रम निर्माण होतो, की 'या कामना माझ्या आहेत.' यालाच अष्टमाया असं म्हटलं गेलं आहे. अष्टमाया म्हणजे, 'मी, माझं, मला, तू, तुझं, तुला, तो, त्याला.' या अष्टमायेमुळेच मनुष्य सत्यापासून दुरावतो.

परंतु, त्याला जेव्हा सत्याचं ज्ञान होतं तेव्हा समजतं, की इंद्रियांचा उपयोग केवळ शरीर कार्यरत ठेवण्यासाठीच करायला हवा. त्यांत गुरफटून जीवनाचा मूळ उद्देश विसरता कामा नये. याचबरोबर त्याला हेदेखील ज्ञात होतं, की 'या माझ्या मूळ इच्छा नव्हेत, यांमागे केवळ इंद्रियांची ओढ होती. वास्तविक 'मी जो आहे' तो तर इच्छारहित, कामनारहित आहे.' त्यानंतरच त्याची मुक्तीच्या दिशेने वाटचाल सुरू होते आणि हळूहळू तो आत्मयोगात स्थिर होऊ लागतो.

१३

श्लोक अनुवाद : अंतःकरणावर ज्याचा ताबा आहे, असा सांख्ययोगाचं आचरण करणारा जीव कोणतंही कर्म न करता, तसंच कर्म न करविता नऊ द्वारं असलेल्या शरीररूपी घरात सर्व कर्मांचा मनःपूर्वक त्याग करून सच्चिदानंदघन परमात्म्याच्या स्वरूपात आनंदानं स्थित राहतो।।१३।।

गीतार्थ : श्रीकृष्ण सांगतात, 'कामना आणि फळांच्या वासनांपासून मुक्त झालेला शुद्ध आणि संयमित अंतःकरण असणारा सांख्ययोगी (आत्मयोगी) स्वतःला कर्ताही मानत नाही आणि कर्म करून घेणाराही मानत नाही. तो सर्व प्रकारच्या 'मी'च्या अहंकारापासून दूर राहून आपल्या शरीराला नऊ द्वारं असणारं मशिन समजून आपली सहज कर्मं युक्तीने पार पाडतो. तो ना

शरीररूपी यंत्राशी आसक्त होतो, ना त्याद्वारे घडणाऱ्या कर्मांविषयी. नऊ द्वारं म्हणजे दोन डोळे, दोन कान, दोन नाकपुड्या, एक मुख, एक लिंग अथवा योनी आणि गुद्द्वार.

कसं ते आता आपण एका कहाणीद्वारे समजून घेऊया.

एक पेन होतं. त्या पेनचं वैशिष्ट्य म्हणजे त्याने अक्षर अगदी सुबक, वळणदार येत असे. ते इतर पेनांपेक्षा दिसायला आकर्षक होतं. त्याने सहजरीत्या लिहिता येत असे. शिवाय, ते स्पष्ट चमकदार होतं. पण या सर्व वैशिष्ट्यांमुळे त्याच्यात अहंकार निर्माण झाला, की ते इतर पेनांपेक्षा श्रेष्ठ आहे. मात्र एके दिवशी काही केल्या त्या पेनाने अक्षर वळणदार येत नव्हतं. उलट ज्या पेनांनी पूर्वी अक्षर सुबक येत नसे, त्या पेनांनी अक्षर सुवाच्य येऊ लागलं. असं कसं घडलं असावं, याबद्दल त्याला काही समजेना. त्यानंतर त्रस्त होऊन ते पेन कधी स्वतःला, तर कधी नशिबाला दोष देऊ लागलं. शिवाय, पूर्वीसारखं लिहिण्याचा प्रयत्न करू लागलं. परंतु त्याचे सर्व प्रयास निरर्थक ठरले.

निराश होऊन त्याने दुसऱ्या पेनाला विचारलं, 'अचानक असं काय घडलं, की तू माझ्यासारखं सुबक लिहू लागला?' त्यावर त्या पेनाने हसतच उत्तर दिलं, 'मित्रा, ना तुझं लिखाण चांगलं अथवा वाईट आहे, ना माझं. लिखाण तर त्या लेखकाचं आहे, जो आपल्याकडून लिहून घेतो.'

दुसऱ्या पेनाने जे सांगितलं त्यावर त्याने भरपूर मनन केलं आणि जाणलं, की वास्तविक तिथे एक लेखक येतो, तोच वेगवेगळ्या पेनांद्वारे लिहीत असतो. तो ज्या पेनाने लिहितो, त्याचं लेखन चांगलं होतं. लेखक जेव्हा प्रयोग समजून लिहीत होता, तेव्हादेखील त्याचं लिखाण चांगलं होतं. मात्र आता लेखकाने दुसऱ्या पेनाने लिहायला सुरुवात केल्याने, त्याचं लिखाण चांगलं येऊ लागलं होतं.

आता पेनाला समजलं, की वास्तवात लिहिणारा तो स्वतः नव्हता,

तर लेखक होता. तो तर केवळ लेखकाचं यंत्र होता. चांगलं अथवा वाईट लिखाण हे त्या लेखकाचं असतं, पेनाचं नव्हे. हे वास्तव समजल्यानंतर ते पेन सर्व प्रकारच्या संभ्रमातून आणि दुःखातून मुक्त झालं. त्यानंतर त्याला अतिशय आनंद झाला. कारण आता त्याचा लिहिण्याचा अहंकार नाहीसा झाला होता. आता जेव्हा जेव्हा लेखक त्याला हाती धरत असे, तेव्हा ते लेखकाप्रति पूर्णपणे समर्पित होऊन लिहिण्यासाठी स्वतःकडून पूर्ण सहयोग देत असे.

वेगळ्या शब्दांत सांगायचं झालं, तर ते पेन आता आत्मयोगी बनलं होतं. खरंतर सर्व पेन जसं लिहितात तसंच तेही लिहीत होतं. परंतु इतर पेन अजूनही स्वतःला लेखक समजून कधी खुश, तर कधी दुःखी होत असत. मात्र हे पेन कोणत्याही परिस्थितीत आनंदी राहत असे. आत्मयोगी मनुष्यही या पेनाप्रमाणेच आपल्या मनातून कर्मांचा त्याग करतो. म्हणजेच कर्ताभाव त्यागून कर्म करतो. मग तो शरीररूपी घरात ईश्वरीय अनुभवात आनंदपूर्वक स्थित राहतो.

- **मनन प्रश्न :**

१. कर्मफळांपासून अलिप्त होऊन तुम्ही ती पूर्णपणे ईश्वराला समर्पित करता का?

२. तुम्ही ईश्वराचं पेन (अभिव्यक्तीचं माध्यम) बनू इच्छिता का, त्यासाठी कितपत तयार आहात, यावर मनन करा.

भाग ३
परमात्मा आणि ज्ञानीजन
॥ १४-२० ॥

अध्याय ५

न कर्तृत्वं न कर्माणि लोकस्य सृजति प्रभुः। न कर्मफलसंयोगं स्वभावस्तु प्रवर्तते।।१४ ।।

नादत्ते कस्यचित्पापं न चैव सुकृतं विभुः। अज्ञानेनावृतं ज्ञानं तेन मुह्यन्ति जन्तवः ।।१५।।

ज्ञानेन तु तदज्ञानं येषां नाशितमात्मनः। तेषामादित्यवज्ज्ञानं प्रकाशयति तत्परम् ।।१६ ।।

तद्बुद्धयस्तदात्मानस्तन्निष्ठास्तत्परायणाः। गच्छन्त्यपुनरावृत्तिं ज्ञाननिर्धूतकल्मषाः।।१७ ।।

विद्याविनयसम्पन्ने ब्राह्मणे गवि हस्तिनि। शुनि चैव श्वपाके च पण्डिताः समदर्शिनः।।१८।।

इहैव तैर्जितः सर्गो येषां साम्ये स्थितं मनः । निर्दोषं हि समं ब्रह्म तस्माद् ब्रह्मणि ते स्थिताः।।१९ ।।

न प्रहृष्येत्प्रियं प्राप्य नोद्विजेत्प्राप्य चाप्रियम्। स्थिरबुद्धिरसम्मूढो ब्रह्मविद् ब्रह्मणि स्थितः।।२०।।

१४

श्लोक अनुवाद : परमेश्वर कर्माची निर्मिती करत नाही, तसेच तो कुणाला कर्म करण्यास प्रवृत्तही करत नाही किंवा कर्मफळंही तयार करत नाही. ही सर्व कार्यं प्राकृतिक गुणांद्वारे होतात।।१४।।

गीतार्थ : प्रस्तुतचा श्लोक समजून घेण्यापूर्वी प्रथम तुमच्या जीवनातील दहा घटनांविषयी विचार करून स्वतःला विचारा, 'त्या सर्व घटना कशा घडल्या होत्या? त्या घटना सहजपणे घडल्या होत्या, की त्यासाठी कुणाला काही करावं लागलं होतं?' यावर मनन केल्यानंतर तुम्हाला समजेल, 'अरे त्या सर्व घटना तर अगदी सहजपणे घडल्या होत्या.' जसं- घर बदललं, आधी एके ठिकाणी राहत होता, नंतर दुसऱ्या ठिकाणी राहायला गेलात. हेदेखील सहजतया घडलं. परंतु मनाला मात्र श्रेय घ्यायला आवडतं. त्यामुळे ते म्हणतं, 'माझ्यामुळेच घर बदलणं शक्य झालं, अन्यथा ही तर अशक्यप्राय अशी बाब होती.' पण वस्तुस्थिती तर हीच आहे, की सर्वकाही ईश्वरच करून घेत आहे. एक तीव्र विचार आला आणि शरीर, मन, बुद्धी यांद्वारे तशा क्रिया आपोआप घडू लागल्या. याचाच अर्थ तुमच्याकडून करवून घेतलं गेलं. वेगळ्या शब्दांत सांगायचं झालं, तर भिन्न भिन्न शरीरांद्वारे ईश्वरच सर्वकाही साकारतो आहे.

'ईश्वरच सर्वकाही करवून घेत आहे किंवा करत आहे,' हे विधान जेव्हा आपण वाचतो- ऐकतो, तेव्हा साहजिकच मन ईश्वराची कल्पना करू लागतं. त्याला वाटतं, की आकाशात बसलेलं कोणीतरी आहे, जे आपल्याला कळसूत्री बाहुल्यांप्रमाणे नाचवतं आहे आणि आपल्याकडून सर्व कार्यं करवून घेत आहे. त्यामुळे इथे सावधगिरीचा इशारा देण्यात येतोय, की अशा भाकड कल्पनाविश्वात रमू नका. ईश्वर काही असं वैयक्तिक रूपात येऊन कोणतंही कार्य करवून घेत नाही, तर केवळ त्याच्या असण्यामुळेच सर्वकाही घडत आहे. केवळ त्याचं असणंच पुरेसं आहे. तो आहे म्हणूनच घटना घडत आहेत. त्यामुळेच सर्वांचा कर्ता असूनही ईश्वर अकर्ताच आहे.

श्लोकात श्रीकृष्ण म्हणतात, 'परमेश्वर मनुष्याच्या कर्तेपणाची, कर्मांची

अध्याय ५ : १४

अथवा कर्मफलाच्या संयोगाचीही रचना करत नाही, तर जे काही घडत आहे, ते स्वचलित, स्वाभाविकरीत्या घडत आहे.' ही बाब अतिशय गहन असल्याने आता ती आपण सविस्तरपणे समजून घेऊया.

दीड-दोन वर्षांचा एक छोटा मुलगा आपल्या घरात खेळत असतो. खेळता खेळता तो स्वयंपाकघरातील चुलीजवळ जातो. चुलीत जळणाऱ्या लाकडाकडे तो आश्चर्याने पाहू लागतो. कारण अग्नीने तप्त होऊन रंगबिरंगी झालेलं लाकूड त्या मुलाला आकर्षित करत असतं. कुतूहलाने तो ते लाकूड हातात घ्यायचा प्रयत्न करतो. पण लाकडाला स्पर्श करताच त्या मुलाचा हात भाजतो, त्यामुळे तो मुलगा रडू लागतो. मुलाच्या रडण्याचा आवाज ऐकून मुलाची आई त्याच्याकडे धावत येते. मुलाचा भाजलेला हात पाहून ती अतिशय दुःखी होते आणि ईश्वराला म्हणते, 'हे ईश्वरा, हे एक लहान निरागस बालक... त्याने तर काहीच पाप केलं नाही... मग तू त्याला इतकी कठोर शिक्षा का केलीस... मी तर तुझी इतकी आराधना करते, तरीदेखील तू माझ्या मुलाचं रक्षण करू शकला नाहीस...'

आता तुम्हीच विचार करा, जाळणं हा तर अग्नीचा स्वभाव आहे. जे जे काही त्याच्या संपर्कात येईल, ते ते जाळलं जातं. मग ते लाकूड असो, एखादी वस्तू असो वा एखादं शरीर! अग्नीचा स्वभाव कधीही बदलत नाही. तसंच, प्रत्येक वस्तूकडे आश्चर्याने पाहून, त्या वस्तूला स्पर्श करून तिच्याबाबत जाणून घेणं, हा मुलाचा स्वभाव असतो. त्याला एखाद्या शांत वाघाजवळ सोडलं तर त्यालादेखील तो अजिबात न घाबरता त्याचं शेपूट पकडण्याचा प्रयत्न करेल. सांगण्याचं तात्पर्य, मुलाने त्याच्या स्वभावानुसार अग्नीत जळत असलेलं लाकूड हाती घेण्याचा प्रयत्न केला, परिणामी त्याचा हात भाजला.

भाजल्यानंतर वेदना होणं हा मानवी शरीराचा स्वभाव आहे, त्यामुळेच मुलाला वेदना झाल्या आणि तो रडू लागला. शिवाय, प्रत्येक आईला

आपल्या मुलाविषयी ममता असते. कोणतीही आई आपलं मूल वेदनेने विव्हळताना पाहू शकत नाही. त्यामुळेच तिने दुःखी होऊन आपला क्रोध ईश्वराकडे व्यक्त केला. आता आईची प्रतिक्रियादेखील तिच्या स्वभावाला अनुसरूनच होती.

अशा प्रकारे या घटनेत जो तो आपापल्या स्वभावधर्मानुसार कर्म करतोय आणि त्याला त्याच्या कर्माचं फळही मिळतंय.

ईश्वरच कर्ता आहे, असं जेव्हा म्हटलं जातं, तेव्हा त्या मुलाचा हात ईश्वरानेच जाळलाय, असा याचा अर्थ होत नाही. वास्तविक त्या मुलाच्या आत जो ईश्वर आहे, त्यानेच लाकडाला स्पर्श करण्याचा आणि भाजण्याचा अनुभव घेतला. त्याचप्रमाणे आईच्या शरीरात निर्माण झालेल्या ममत्वाचा अनुभवकर्ताही तोच आहे, अन्य कोणीही नाही. परंतु आई स्वतःला त्या सेल्फहून वेगळी व्यक्ती मानून अन्य बाह्य ईश्वराला आपली वेदना ऐकवत आहे.

या संपूर्ण सृष्टीचं प्रत्येक तत्त्व वा हिस्सा आपापल्या स्वभावानुसार कार्यरत आहे. त्या परस्परांमध्ये काही कर्मं घडत असल्याने त्या कर्मांची फळं मिळत आहेत इतकंच! मग फळ प्राप्त झाल्यानंतर प्रतिकर्मं होतात आणि मग पुन्हा त्याची फळं प्राप्त होतात. हे चक्र असं अव्याहतपणे सुरूच आहे. मानवी देह स्वभावानुसार जन्म घेत आहेत, हळूहळू मोठे होत आहेत. त्यांच्या कर्मांनुसार त्यांच्यात वृत्ती वा संस्कार तयार होत आहेत. मग ती शरीरं त्यांच्या संस्कारांनुसार यंत्रवत् जीवन जगताहेत... एके दिवशी नष्ट होत आहेत. अशा प्रकारे जन्म-मृत्यू होण्यात ईश्वराचा कोणताही सहभाग नाही. सर्वकाही निसर्गनियमांनुसार, सर्वांच्या स्वभावानुरूप स्वचलितपणे घडत आहे.

खरंतर विश्वाला जो अनुभव होत आहे, तो सेल्फचाच अनुभव आहे. तो या प्रणालीपासून जराही वेगळा नाही. खेळ निर्माण करणारा स्वतःच

अध्याय ५ : १५-१६

खेळाडू बनून खेळत आहे आणि तोच जय-पराजयाचा अनुभव घेत आहे.

लोक नेहमी म्हणतात, 'दैवयोगाने वा योगायोगाने हे काम झालं. कर्मधर्म संयोगाने मला अमुक मनुष्य भेटला.' वास्तविक विश्वात दैवयोग अथवा योगायोग नावाची कोणतीही गोष्ट नसते. झाडाचं एक पानदेखील योगायोगाने पडत नाही. त्यामागेदेखील काही तरी कारण असतं. जसं, जोराचा वारा आल्याने ते पान डहाळीपासून तुटलं असेल, त्याचं आयुष्य भरलं असेल वा कोणी त्याच्यावर दगड फेकला असेल.

सांगण्याचं तात्पर्य, जे काही घडतं, ते कोणत्या ना कोणत्या कर्माचा किंवा निसर्गाच्या स्वभावाचाच परिणाम असतो. आपले भाव, विचार, वाणी वा क्रिया यांद्वारे घडलेलं कर्म हे कधी ना कधी समोर येतंच. परंतु आपण हे जाणत नसल्याने त्याला योगायोग अथवा संयोग असं नाव देतो.

१५-१६

श्लोक अनुवाद : सर्वव्यापी परमेश्वर कोणाचंही पापकर्म किंवा पुण्यकर्म स्वतःकडे घेत नाही. तथापि देहधारी जीव वास्तविक ज्ञान आच्छादित करणाऱ्या अज्ञानामुळे मोहित होतात।।१५।।

परंतु जेव्हा अज्ञानाचा नाश करणाऱ्या ज्ञानाने जीव प्रबुद्ध होतो, तेव्हा सूर्य जसा दिवसा सर्व वस्तूंना प्रकाशमान करतो, तसं ज्ञान सर्व गोष्टी प्रकट करतं. म्हणजेच, परमात्म्याच्या स्वरूपाचं साक्षात् दर्शन घडवतं।।१६।।

गीतार्थ : हा श्लोक वाचून तुम्ही म्हणाल, 'कर्मयोगी तर त्याची समस्त कर्मफळं ईश्वरालाच अर्पण करतो. गंगेत स्नान अथवा तीर्थयात्रा केल्यानंतरही आपली पापं नष्ट झाली आहेत असंच लोकांना वाटत असतं. पण जर ईश्वर आपली कर्म किंवा त्यांचं फळ ग्रहण करत नाही, तर मग ते कर्म अथवा त्याचं फळ जातं कुठे आणि त्यातून आपण मुक्त होतो कसे? असा प्रश्न निर्माण होतो.

अध्याय ५ : १५-१६

वास्तविक आपण जेव्हा एखादी क्रिया अथवा कर्मकांड करतो, तेव्हा पापातून मुक्त झालो, असाच विचार करतो. अशा वेळी आपला हा विचारच आपल्याला पापाच्या ओझ्यातून मुक्त करतो. परिणामी आपल्याला एक प्रकारचा उत्साह जाणवतो. यासाठीच आपल्याकडून एखादी चूक घडल्यानंतर आणि आपली चूक लक्षात आल्यानंतर आपण त्वरित क्षमा मागायला हवी, अथवा एखाद्याला क्षमा करायला हवी, असं सांगितलं जातं. इतर कोणी क्षमा करो वा न करो, यात आपण गुंतून न राहता क्षमा मागितल्याने आणि क्षमा केल्यानेच आपली मनोदशा निश्चितपणे बदलते.

आपण जेव्हा आपलं कर्म आणि कर्मफळ अर्पण करतो, तेव्हा ईश्वर त्याच्याशी बद्ध होत नाही. उलट आपण त्या कर्माच्या आणि फळाच्या बंधनातून मुक्त होतो. आपला अहंकार विलीन होतो. साहजिकच आपल्यात ईश्वराप्रति भक्ती आणि समर्पण भाव वृद्धिंगत होतो. आपलं मन तणावमुक्त, प्रसन्न आणि शुद्ध बनतं. आपली अशी आनंदी आंतरिक स्थितीच आपल्याकडून अवैयक्तिक आणि निःस्वार्थ कार्य करवून घेते.

स्वतःऐवजी ईश्वराला कर्ता मानून असं समजायला हवं, की आपले सर्व तणाव, दुःख, वेदना, व्यथा यांचा भार आपण ईश्वरावर सोपवला आहे आणि आपण स्वतः त्यातून मुक्त झालो आहोत.

जसं, एका कंपनीचा मालक अगदी दिलदार स्वभावाचा होता. तो त्याच्या कर्मचाऱ्यांची पुरेपूर काळजी घेत असे. परंतु त्याला कंपनीच्या प्रतिष्ठेची खूपच आसक्ती होती, त्यामुळे कंपनीत काही चढ-उतार, वर-खाली झालं, की तो चिंताग्रस्त, तणावग्रस्त होत असे. परंतु त्याचे कर्मचारी मात्र सदोदित खूश राहत असत.

एके दिवशी त्याच्या मनात विचार आला आणि त्यानुसार त्याने त्याच्या पत्नीला कंपनीचा मालकी हक्क बहाल केला. शिवाय, तो स्वतः मात्र एक कर्मचारी बनून विशिष्ट वेतन घेऊन तिथे काम करू लागला. त्यानंतर

अध्याय ५ : १५-१६

ज्या ज्या वेळी त्याला कंपनीच्या प्रगतीबद्दल चिंता वाटे, त्या त्या वेळी तो स्वतःला बजावत असे, 'आता ही कंपनी माझी नाही, तर माझ्या पत्नीची आहे, आता तिचं काम ती जाणो.' वास्तविक कंपनीतील सर्व महत्त्वाचे निर्णय तोच घेत असे. परंतु अशा प्रकारे त्याने आपल्या कंपनीविषयीची आसक्ती कमी केली, त्यामुळे आता तोदेखील इतर कर्मचाऱ्यांप्रमाणे खूश राहू लागला. परंतु, माझ्यामुळे कंपनीत काही चुकीचं घडू नये, अन्यथा लोक काय म्हणतील, असा विचार करून त्याची पत्नी आता चिंताग्रस्त राहू लागली.

आता तणाव कमी करण्यासाठी पत्नीने इतर कोणाची तरी नियुक्ती करण्याऐवजी, आपण सर्वांनी स्वतःच आपापल्या कंपनीचा, अथवा आपण जे काही कार्य करत आहोत त्याचा भार ईश्वराकडे सोपवला आणि स्वतःस केवळ कर्मचारी समजून काम करायला शिकून घेतलं, तर ते किती श्रेयस्कर होईल बरं!

यासाठीच इथून पुढे मन जेव्हा कधी एखाद्या कार्याचं श्रेय घेण्याचा प्रयत्न करेल, तेव्हा स्वतःला विचारायला हवं, 'हे काम पूर्ण कसं झालं?' त्यावर मन म्हणेल, 'प्रथम मी असा विचार केला. नंतर तसा केला...' त्यानंतर त्याला विचारा, 'काम करण्याचा पहिला विचार कुठून आला?' अशा प्रकारे मन जेव्हा पहिल्या विचाराच्या स्रोतावर मनन करेल, तेव्हा पहिला विचार कुठून आला आणि तो कोणी आणला हे त्याला समजणारही नाही.

अशा वेळी गीतेतील तत्त्वज्ञानाची प्रगल्भ समजच उपयुक्त ठरेल. ईश्वर इतरत्र कुठेही नसून तो आपल्या हृदयातच विराजमान आहे. शिवाय, तोच आपल्याला कार्यरत करतोय. पहिला विचार हृदयात स्थित असलेल्या ईश्वराचाच असतो, तोच विचार आपल्याला कर्म करण्यासाठी प्रेरित करतो, त्यामुळेच तो कर्ता आहे. परंतु त्या मूळ विचाराच्या आसपास व्यक्ती जेव्हा

आपल्या विचारांचं जाळं विणते, 'मी केलं, मलाच करायचं आहे,' तेव्हा ईश्वरीय मूळ विचार गायब होतो, धूसर बनतो.

आपण आपल्या प्रत्येक कर्मामागील मूळ विचाराचा शोध घेतला, तर आपल्याला अंतरंगातील सेल्फची जाणीव होईल. त्यानंतर आपल्यात केवळ आश्चर्य, प्रशंसा आणि धन्यवाद यांचेच भाव उमटतील. 'हा अकर्ता ईश्वरच आपल्या शरीराकडून कसं कर्म करून घेतोय,' अशा आश्चर्यचकित भावदशेत मन विलीन होऊन जातं आणि ईश्वर प्रकाशित होतो.

१७-१८

श्लोक अनुवाद : ज्यांचं मन व बुद्धी एकरूप झालेली आहे आणि सच्चिदानंदघन परमात्म्यातच ज्यांचं नित्य ऐक्य झालं आहे, असे ईश्वरपरायण पुरुष ज्ञानाने पापरहित होऊन परम गतीला प्राप्त होतात।।१७।।

ते ज्ञानी पुरुष विद्या व विनयाने युक्त असलेले ब्राह्मण, तसंच गाय, हत्ती, कुत्रा आणि चांडाळ या सर्वांना समदृष्टीनेच* पाहतात।।१८।।

गीतार्थ : इथे एकरूपतेचा अर्थ आहे, एखाद्यासारखं हुबेहूब बनणं. मनाने, भावनेने आणि बुद्धीने ईश्वराशी एकरूप होणं. याचाच अर्थ, मनुष्याने आपले भाव, विचार, वाणी आणि क्रिया यांद्वारे ईश्वराशी एकरूप होऊन, तन्मय व्हावं. म्हणजेच त्याच्या शरीरात वेगळी व्यक्ती न राहता त्याने सेल्फच बनावं.

श्रीकृष्ण सांगतात, 'जेव्हा कोणी अशी परमावस्था प्राप्त करून

** 'मनुष्य ज्याप्रमाणे आपलं मस्तक, हात, पाय आणि गुद्द्वार यांच्याशी ब्राह्मण, क्षत्रिय, शूद्र आणि म्लेच्छादिकांप्रमाणे वर्तन करूनही त्यांच्यात आत्मभाव, अर्थात आपलेपणा असल्याने सुख आणि दुःख यांकडे तो समभाव दृष्टीने पाहतो. अगदी अशाच प्रकारे आपण सर्व भूतमात्रांकडे 'आपलेपणाने' समदृष्टीने पाहायचं आहे.*

अध्याय ५ : १७-१८

आपल्या अनुभवावर स्थित होतो, 'स्व'मध्ये स्थापित होतो, तेव्हा त्याच्यात इतरांहून वेगळा असल्याचा अहंकार कधीही निर्माण होत नाही. यालाच जन्म-मृत्यूची पुनरावृत्ती न होणं असं म्हटलं गेलंय. त्यानंतर तो ईश्वरातच विलीन होतो, त्याला परमगती प्राप्त होते. मग तो ईश्वराचं यंत्र बनून या विश्वात आपली भूमिका बजावतो.'

पुढे श्रीकृष्ण सांगतात, 'जे लोक ही अवस्था प्राप्त करतात, त्यांच्या दृष्टीने ज्ञानी, योगी, गाय, हत्ती, कुत्रा आणि चांडाळ अशा वेगवेगळ्या चेतनास्तरांतील जिवांमध्ये कोणताही फरक नसतो. कारण त्यांची दृष्टी सर्वांमध्ये एकच चैतन्य पाहत असते.'

ही बाब सविस्तर समजण्यासाठी संत ज्ञानेश्वरांच्या जीवनातील एक प्रसिद्ध उदाहरण सांगता येईल. संत ज्ञानेश्वरांची लहान बहीण मुक्ताबाई यादेखील ज्ञानेश्वरांप्रमाणेच ज्ञान आणि भक्तीच्या उच्चावस्थेत होत्या. त्या विठ्ठलाच्या निस्सीम भक्त होत्या आणि प्रत्येक जीवमात्रेत विठ्ठलाचंच दर्शन घेत होत्या. संत ज्ञानेश्वरांनी रेड्याच्या मुखातून मंत्रोच्चारण वदवून लोकांना या सत्याची अनुभूती घडवली होती, की 'प्रत्येक जिवात एकच परम चैतन्य आहे.' हेच सत्य मुक्ताबाईंनी आपल्या जीवनात उतरवलं होतं.

एखादं सुंदर फूल पाहून त्या म्हणत, 'वा! विठ्ठला किती सुंदर दिसताहात.' एखाद्या नाल्यात बसलेला किडा पाहताच, त्या म्हणायच्या, 'पाहा. चिखलात विठ्ठल किती घाण झाले आहेत.' अशा प्रकारे त्यांना प्रत्येकात विठ्ठलाचंच दर्शन होत असे. एकदा मुक्ताबाईंनी आपल्या भावंडांना मांडे बनवून मोठ्या प्रेमाने खाऊ घातले. पण जेव्हा त्या स्वतः मांडे खायला बसल्या, तेव्हा एक काळं कुत्रं आलं आणि मांडे घेऊन पळून गेलं. परंतु त्यावेळी मुक्ताबाई उपाशी राहूनही प्रसन्न होत्या.

भावांनी त्यांना विचारलं, 'मुक्ता, ते कुत्रं तुझं जेवण घेऊन पळालं. पण तू त्याला भीती दाखवून हाकललं नाहीस. उलट तू जास्तच आनंदी

आहेस याचं कारण काय असेल बरं?' हे ऐकून मुक्ताबाई त्यांना म्हणाल्या, 'कुणाला भीती दाखवू, विठ्ठल स्वतःच मी बनवलेले मांडे घेऊन गेले. त्यांना माझे मांडे इतके आवडले, की ते कुत्र्याचं रूप धारण करून मांडे खाण्यासाठी आले. माझ्यासाठी यापेक्षा अधिक आनंद आणखी कशात आहे?'

मुक्ताबाईंचं उत्तर ऐकून संत ज्ञानेश्वर म्हणाले, 'तुझं म्हणणं योग्य आहे, की मांडे उचलून पळणारा विठ्ठल आहे. पण मग तुला इतका त्रास देणारा विसोबा कोण आहे?' (विसोबा चाटी एक अहंकारी ब्राह्मण होता, जो या भावंडांना समाजाचा कलंक समजून त्यांचा तिरस्कार करत असे, त्यांना त्रास देत असे.) मुक्ताबाई म्हणाल्या, 'विसोबादेखील विठ्ठलच आहेत आणि विठ्ठलाच्या प्रत्येक शरीरात वेगवेगळ्या मानवी स्वभावाचं दर्शन घडतं. मात्र त्या सर्व शरीरांमध्ये एकच चेतना विराजमान आहे. मला तर विसोबांमध्येदेखील विठ्ठलाचंच दर्शन घडतं.'

अशा प्रकारे ज्याची दृष्टी बनते, तो स्वतःच ईश्वरस्वरूप बनतो. कारण ईश्वरदेखील कुठलाच भेदभाव करत नाही.

१९-२०

श्लोक अनुवाद : ज्यांचं मन एकत्व आणि समभावात स्थिर झालं आहे, त्यांनी जन्म–मृत्यू बंधनावर पूर्वीच विजय प्राप्त केला आहे, ते ब्रह्माप्रमाणेच निर्दोष आहेत म्हणून ते सच्चिदानंदघन परमात्म्यातच स्थिर असतात।।१९।।

जो पुरुष प्रिय वस्तू मिळाली तरी हर्षित होत नाही आणि अप्रिय वस्तू प्राप्त झाली तरी उद्विग्न होत नाही, शोक करत नाही, तो स्थिर बुद्धी असलेला, मोहरहित ब्रह्मवेत्ता असतो. तो सच्चिदानंदघन परब्रह्म परमात्म्यात ऐक्यभावाने नित्य स्थित असतो।।२०।।

गीतार्थ : प्रस्तुत श्लोकात दिलेली समज एका उदाहरणाद्वारे समजून घेऊया. एका गावात एक कुंभार राहत असे. तो मातीपासून मडके बनवत असे.

अध्याय ५ : १९-२०

त्या कुंभाराला एक लहान मुलगा होता. एकदा तो मुलगा नवीन खेळणी आणण्यासाठी कुंभाराकडे हट्ट करू लागला. मात्र, कुंभाराकडे नवीन खेळणी विकत घेण्यासाठी पैसे नव्हते. आता 'मुलाला खूश कसं करायचं' याविषयी तो विचार करू लागला. असा विचार करत असतानाच त्याला एक कल्पना सुचली. ज्या मातीने तो मडकी बनवत असे, त्याच मातीने त्याने वेगवेगळ्या प्राण्यांचे आणि माणसांचे काही छोटे छोटे पुतळे बनवले. ते पुतळे पाहून मुलगा खूप खूश झाला. त्याने त्या प्रत्येक पुतळ्याला एकेक विशिष्ट असं नाव दिलं आणि काल्पनिक कहाणी रचून एकेकाला हाती घेऊन त्यांच्याशी खेळू लागला.

त्याचवेळी एक जादूगार कुंभाराकडे मडके खरेदी करण्यासाठी आला. त्या छोट्या मुलाला खेळण्यात मग्न झालेलं पाहून त्या जादूगाराला खूप आनंद झाला. तो कुंभाराला म्हणाला, 'मी माझ्या जादूद्वारे तुझ्या मुलाचा खेळ आणखी मनोरंजक बनवू शकतो.' कुंभाराने विचारलं, 'ते कसं काय?' त्यावर जादूगार म्हणाला, 'मी या मातीच्या खेळण्यांमध्ये जादूने काही वेळासाठी जीव टाकतो. मग ती खेळणी काही काळ सजीव खेळण्याप्रमाणे ठरावीक क्रिया करू लागतील, जेणेकरून मुलाला ती उचलून त्यांच्याशी खेळावं लागणार नाही.' हे ऐकून कुंभाराला अतिशय आनंद झाला. कारण तोदेखील हा जादूचा मनोरंजक खेळ पाहण्यासाठी उत्सुक होताच.

जादूगाराच्या जादूमुळे ते मातीचे पुतळे आता सजीव झाले. मग मुलगा जशी कहाणी रचेल, तसंच वर्तन त्या पुतळ्यांकडून होऊ लागलं. पण आता ते पुतळे स्वतःला जिवंत समजू लागले होते. जणू काही तेच स्वतःच त्या मुलाची कहाणी पुढे घेऊन जात आहेत, असंच त्यांना वाटू लागलं. परंतु जादूची वेळ संपताच ते पुतळे पुन्हा निर्जीव बनले. त्या खेळण्यांशी खेळून मुलगा तेथून निघून गेल्यानंतर कुंभाराने पुन्हा ते पुतळे मातीत मिसळले आणि त्या मातीपासून पुन्हा नवीन मडकी आणि मुलासाठी काही नवीन खेळणी बनवली.

अध्याय ५ : १९-२०

या कहाणीतील पुतळे म्हणजे आम्हा मानवांचंच प्रतीक आहेत. कहाणीत पुतळे कुंभार बनवतो, पुतळे मातीपासून बनतात, जादूगार त्यात जीव टाकतो आणि मुलगा त्या पुतळ्यांची जीवनकहाणी लिहितो. मनुष्याच्या बाबतीत ही तिन्ही कामं ईश्वरच करतोय. त्याला घडवणारा कुंभारही सेल्फच आहे आणि त्याच्यात चैतन्य निर्माण करणारा जादूगारदेखील सेल्फच आहे. त्याच्या जीवनाच्या कहाणीचा लेखकही सेल्फच आहे आणि सर्वांत महत्त्वाची गोष्ट म्हणजे ती माती, जिच्यापासून या पुतळ्यांची निर्मिती झाली आहे, तीदेखील सेल्फच आहे. ते चैतन्य अथवा ती जादू, जिच्यामुळे हे पुतळे सजीव झाले आहेत, तीदेखील सेल्फच आहे.

वस्तुतः ही कहाणी मनुष्याचीच आहे. मनुष्यदेखील जोपर्यंत जिवंत आहे, तोपर्यंत मायेच्या जादुई आकर्षणाने आपल्याच दुनियेत मशगूल राहतो. आपण स्वतः जेव्हा आरशात पाहतो, तेव्हा मूलतत्त्व न पाहता इतर पुतळ्यांपेक्षा जो वेगळा आहे, तो पुतळा पाहू लागतो. शिवाय, याच भ्रमात आपल्या जीवनाचा कालावधी संपतो.

आत्मयोग आपल्याला ती दृष्टी प्रदान करतो, जिच्याद्वारे आपल्याला हा संपूर्ण खेळ हेलिकॉप्टरच्या व्ह्यूने पाहणं शक्य होतं. आपण कशापासून बनलो आहोत, कसं चालत आहोत आणि शेवटी कोणती गती प्राप्त करणार आहोत, हेदेखील आपल्याला पाहता यायला हवं. सत्यश्रवण, मनन, ध्यान इत्यादी माध्यमांद्वारे जो आत्मयोग जीवनात अंगीकारतो, त्याला समदृष्टी अथवा समभाव प्राप्त होतो. त्यानंतर त्या पुतळ्याला स्वतः आणि इतर पुतळे, हे पुतळे भासतच नाहीत, तर ज्या मातीपासून ते पुतळे तयार झाले आहेत, ती मातीच केवळ त्याला दिसते.

मात्र ज्याने हे महान रहस्य अनुभवाने जाणलं, त्याला विश्वात जिंकण्यासारखं इतर काही उरतच नाही. त्याचं लक्ष तर त्या खेळाच्या रचनाकारावर म्हणजेच ईश्वरावर केंद्रित असतं. तो त्याची भूमिकादेखील

अध्याय ५ : १९-२०

आनंदाने बजावतो आणि काही गमावल्याने घाबरतही नाही. तसंच काही प्राप्त केल्यानंतर हुरळूनही जात नाही. कोणत्याही परिस्थितीत त्याचं मन स्थिर आणि आनंदी राहतं. कारण काही गमावण्याची अथवा कमावण्याची बाबच नाही. खेळ कोणी अन्यच खेळत आहे, आपण केवळ त्याच्या भूमिकेनुसार मार्गक्रमण करायचं आहे. हीच बाब श्रीकृष्ण अर्जुनाला प्रस्तुत श्लोकांमध्ये समजावत आहेत, त्याला समभाव धारण करायला सांगत आहेत.

● मनन प्रश्न :

१. सृष्टीमध्ये सर्वकाही स्वचलित, स्वघटित सुरू आहे, या विधानाशी आपण किती सहमत आहात?

२. तुम्ही इतरांमध्येदेखील सेल्फ पाहू शकता का? तुमच्यात एकम्, वननेसची, सर्व एकच आहेत ही भावना किती वृद्धिंगत झाली आहे?

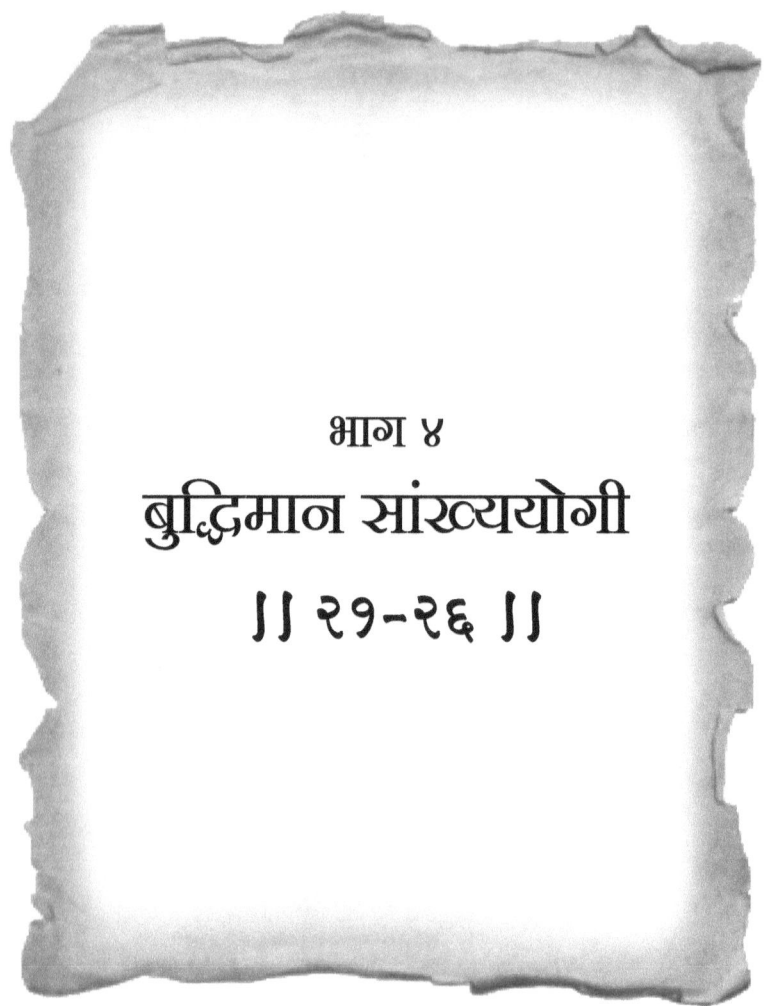

भाग ४
बुद्धिमान सांख्ययोगी
॥ २१-२६ ॥

अध्याय ५

बाह्यस्पर्शेष्वसक्तात्मा विन्दत्यात्मनि यत्सुखम्। स ब्रह्मयोगयुक्तात्मा सुखमक्षयमश्नुते॥२१॥
ये हि संस्पर्शजा भोगा दुःखयोनय एव ते। आद्यन्तवन्तः कौन्तेय न तेषु रमते बुधः॥२२॥
शक्नोतीहैव यः सोढुं प्राक्शरीरविमोक्षणात्। कामक्रोधोद्भवं वेगं स युक्तः स सुखी नरः॥२३॥
योऽन्तःसुखोऽन्तरारामस्तथान्तर्ज्योतिरेव यः। स योगी ब्रह्मनिर्वाणं ब्रह्मभूतोऽधिगच्छति॥२४॥
लभन्ते ब्रह्मनिर्वाणमृषयः क्षीणकल्मषाः। छिन्नद्वैधा यतात्मानः सर्वभूतहिते रताः॥२५॥
कामक्रोधवियुक्तानां यतीनां यतचेतसाम्। अभितो ब्रह्मनिर्वाणं वर्तते विदितात्मनाम्॥२६॥

२१-२२

श्लोक अनुवाद : ज्याच्या अंतःकरणात बाह्य विषयांची आसक्ती नसते, असा मुक्त मनुष्य इंद्रियसुखात आसक्त होत नाही, तर स्वतःमध्येच सुखाचा आनंद घेत सदैव समाधिस्थ असतो. असा आत्मसाक्षात्कारी मनुष्य ब्रह्माच्या ठायी एकाग्र झाल्याने अमर्याद आनंदाचा अनुभव घेतो.॥२१॥

भौतिक इंद्रियांच्या संयोगापासून उत्पन्न होणाऱ्या दुःखद कारणांमध्ये बुद्धिमान मनुष्य भाग घेत नाही. हे कौंतेया! अशा सुखांना आरंभ आणि शेवट नसतो. म्हणून बुद्धिमान विवेकी पुरुष त्यात रमत नाहीत.॥२२॥

गीतार्थ : श्रीकृष्ण सांगत आहेत, 'जो मनुष्य इंद्रियांद्वारे मिळणाऱ्या बाह्य सुखांविषयी आसक्त नसतो, तो आपल्या अंतरंगात वास करणारा परमानंद (सेल्फ) प्राप्त करतो. जो बाह्य सुख प्राप्त करण्यातच खरा आनंद आहे असं समजतो, त्याला अंतिमतः दुःखच प्राप्त होतं. चला तर, आता आपण हे सत्य सविस्तरपणे समजून घेऊया.

आनंद दोन प्रकारचा असतो - स्थायी आणि अस्थायी. स्थायी आनंद कोणत्या कारणाने मिळत नाही, तर आपल्या अस्तित्वाच्या जाणिवेने, म्हणजेच स्वानुभवामुळे मिळतो. अस्थायी आनंद मात्र बाह्य वस्तूंनी प्राप्त होतो. जसं, स्वादिष्ट भोजनाचा स्वाद पहिल्या दिवशी जितका येतो, त्या तुलनेत दुसऱ्या दिवशी कमी कमी होत जातो- हा आहे अस्थायी आनंद. जसं, आपण घरात नवा टीव्ही घेतो तेव्हा त्यादिवशी किती आनंद होतो बरं? पण जसजसं, वेळ व्यतीत होत जातो म्हणजे दोन दिवसानंतरच त्याचा आनंद कमी-कमी होत जातो. मग एक आठवड्यानंतर पाहिलं तर तो आनंद पूर्णपणे नष्ट झालेला असतो. शिवाय महिन्यानंतर तर आपल्या घरात नवीन टीव्ही आला आहे, याचंही स्मरण नसतं. अशा प्रकारे अस्थायी आनंद देणाऱ्या इंद्रियसुखात गुरफटून पडलेल्या मनुष्याकडे हे उदाहरण संकेत करतं.

तो क्षण आठवण्याचा प्रयत्न करा जेव्हा तुम्हाला मोबाइल फोनची पहिल्यांदाच माहिती मिळाली आणि तो प्राप्त करण्याची तीव्र इच्छा तुमच्यात

अध्याय ५ : २१-२२

निर्माण झाली. त्यानंतर एके दिवशी जेव्हा तुमची ही इच्छा पूर्ण झाली, त्या दिवशी तुमच्या आनंदाला पारावार राहिला नसेल. तुम्ही तो हातात घेऊन सर्वांना दाखवत फिरला असाल. मित्रांना त्या फोनमधील सर्व फीचरविषयी कौतुकाने सांगितलं असेल. परंतु त्यानंतर काही महिन्यांनी जेव्हा नवे स्मार्टफोन बाजारात आले, तेव्हादेखील तुमच्या जुन्या मोबाइलने तुम्हाला तितकाच आनंद दिला का? नाही. आता तो तुम्हाला दुःख देत असणार. आता हा खूपच जुना झाला... हा कुणाला तरी विकून टाकतो... आणखी काही पैसे घालून एक नवीन स्मार्टफोनच विकत घेतो...

सांगण्याचं तात्पर्य, बाह्य सुख, वस्तू मनुष्याला आयुष्यभर, चिरस्थायी सुख देऊ शकत नाहीत. इतकंच नव्हे, तर नातेवाइकांसंबंधी आपली समदृष्टी नसेल, तर तेदेखील कधी ना कधी आपल्या दुःखाचं कारणच बनतात. मुलं तुमच्या मनाप्रमाणे वागली नाहीत किंवा पती वा पत्नी जरी काही वेडंवाकडं बोलले, तरी तुम्हाला दुःख होतं.

मात्र तुम्हाला हे जाणून आश्चर्य होईल, की प्रत्येक मनुष्य सकाळपासून रात्रीपर्यंत जे काही कार्य करतो, त्यामागे आनंद प्राप्त करणं, एवढाच एक उद्देश असतो. आपल्या अगदी बारीकसारीक कामापासून मोठ्यात मोठ्या कामांविषयी सखोल मनन केलं तर त्या कामामागे आनंद मिळावा हाच उद्देश होता, हे आपल्याला प्रकर्षाने जाणवेल. वास्तविक तो आनंद तर तुमच्याच अंतरंगात उपलब्ध आहे. त्यासाठी तुम्हाला कोणत्याही बाह्य वस्तूंवर अवलंबून राहण्याची अजिबात आवश्यकता नसते. प्रत्येक वेळी हवा तितका आनंद तुम्ही प्राप्त करू शकता. परंतु इंद्रियसुखात रममाण होणारा मनुष्य बाह्य गोष्टींमध्ये गुरफटतो.

ज्यांना स्वतःचं घर नाही, ते घराबद्दल कितीतरी विचार करत असतात. पण ज्यांचं स्वतःचं घर असतं, त्यांना स्वतःचं घर आहे, याची आठवणही नसते. ते विसरलेले असतात. कारण वस्तूंमुळे होणारा आनंद

काही कालावधीनंतर नष्ट होतो. याचं कारण स्थायी आनंद भोगविलासाच्या वस्तूंमध्ये नसून आपल्यातच आहे. हे वरील उदाहरणांद्वारे आपण लक्षात घ्यायला हवं.

सत्यसमज प्राप्त केलेल्या मनुष्याची बेहोशी नाहीशी होऊन त्याच्यात सजगता, विवेक जागृत होतो. मग तो चेतनेच्या उच्च स्तरावर जातो. या अवस्थेत पोहोचल्यानंतर तो सांसारिक भोगविलासात अडकून पडत नाही. या परिवर्तनशील जगात सत्य-अनुभव (ईश्वर) याशिवाय काहीही स्थिर नाही, सर्वकाही अस्थिर आणि परिवर्तनीय आहे. हा बोध त्याच्यात जागृत होतो. याचाच अर्थ, आज जो मित्र आहे, तो उद्या शत्रू बनू शकतो. आज जो श्रीमंत आहे, तो उद्या गरीब बनू शकतो. बालक, तरुण होतो... तरुण, वृद्ध बनतो. इथे दिवस रात्रीत... रात्र, दिवसात... सुख, दुःखात... दुःख, सुखात... अपमान सन्मानात, सन्मान अपमानात परिवर्तित होऊ शकतो. यासाठीच विवेकशील मनुष्य कधीही संसारातील अस्थिर आणि परिवर्तनीय वस्तूंप्रति आसक्त होत नाही. परिणामी त्याची ही अनासक्तीच त्याला 'स्व'वर सहजपणे स्थिर करते.

२३-२४

श्लोक अनुवाद : जो साधक हा मनुष्यदेह त्यागण्यापूर्वी काम-क्रोध यांमुळे उत्पन्न होणारा आवेग सहन करण्यास समर्थ होतो, तोच योगी आणि तोच सुखी होय।।२३।।

जो पुरुष अंतरात्म्यातच सुखी आणि अंतरंगातच आनंद अनुभवत असतो, तो सच्चिदानंदघन परब्रह्म परमात्म्यासह ऐक्यभावाला प्राप्त झालेला सांख्ययोगी परमगतीला, ब्रह्माला प्राप्त होतो।।२४।।

गीतार्थ : हे श्लोक समजून घेण्यापूर्वी आपण 'काम' आणि 'क्रोध' म्हणजे काय, हे प्रथम समजून घेऊ या. कर्म किंवा कार्य यांना सर्वसामान्यपणे

अध्याय ५ : २३-२४

बोलताना काम असं म्हटलं जातं. परंतु इथे काम या शब्दाचा अर्थ आहे, कामना अथवा इच्छा.

कामना लैंगिक सुखासंबंधीदेखील असू शकते. आपल्या धार्मिक पुस्तकांमध्ये इतर इच्छा आणि विकार यांच्याविषयी कितीतरी ज्ञान आणि मार्गदर्शन उपलब्ध आहे. परंतु काम आणि वासना या विषयांवर चर्चा करणं योग्य मानलं जात नाही. विशेषतः आध्यात्मिक मार्गावर वाटचाल करणाऱ्यांच्या नजरेत तर याला 'नरकाचं द्वार', 'पाप', 'घृणास्पद कर्म' असं संबोधलं जातं. परंतु 'काम' म्हणजे काय... सृष्टीत याची भूमिका कोणती... ही एक सहज, नैसर्गिक आणि स्वाभाविकपणे निर्माण होणारी इच्छा असूनही ती वासना कशी बनते... याबाबतीत चर्चा करणं, मार्गदर्शन करणं अथवा प्राप्त करणं आवश्यक ठरतं. कारण या गोष्टींमध्ये मन कदापि अडकता कामा नये, त्याला भुरळही पडू नये. त्याचबरोबर मनुष्याने याचा तिरस्कारही करू नये अथवा याबाबतीत काही चुकीच्या धारणाही बनवू नयेत.

काम अथवा लैंगिक प्रक्रियेद्वारे निसर्गाचा विकासक्रम आजतागायत सुरू आहे आणि यापुढेदेखील सुरूच राहील. नवीन शरीर बनतं आणि जुनं शरीर नष्ट होतं. नवनिर्माण करणं ही जशी कामाची भूमिका आहे, तसंच नवं जे निर्माण झालंय, त्याचं पोषण करणं, ही भोजनाची भूमिका आहे, तर जुन्याचा नाश करणं ही मृत्यूची भूमिका आहे. अशा प्रकारे सृष्टीत सर्वकाही योग्यरीतीने सुरू आहे. मग अशा वेळी असा प्रश्न निर्माण होतो, की नेमकी समस्या कुठे निर्माण झाली...? काम ही भोजनाप्रमाणे एक सहज क्रिया न राहता इतका जटिल विषय का बनला?

'काम हे नरकाचं द्वार आहे', अशी विधानं वाचून सत्याचा शोध घेणाऱ्या साधकांच्या मनात मात्र या सहजक्रियेविषयी चुकीच्या धारणा घर करून बसल्या आहेत. त्यामुळे ते कामभावना किंवा एखाद्याबद्दल आकर्षित होण्याच्या विचारांना वर्ज्य मानू लागले. एक तर ते अशा

अध्याय ५ : २३-२४

भावनांचा सहजासहजी स्वीकार करत नाहीत किंवा अपराधबोधाचं ओझं घेऊन वावरतात. याउलट काही लोक या भावनांमध्ये आवश्यकतेपेक्षा जास्त गुरफटून मानसिक व शारीरिक समस्या निर्माण करतात. अशा प्रकारे तिरस्कार अथवा आसक्ती 'काम' विकार बनतो. एक सहजक्रिया चुकीची वृत्ती आणि मनोरंजनाचं साधन बनते, लालसा, असंतोष आणि रोग बनते.

प्रत्येक कामना जी वैयक्तिक आहे, जिची वाढ अहंकाररूपी जमिनीवर होते, जी लोभ, मोह, क्रोध, भय, निराशा यांसारखे विकार बळावते, आपल्याला सेल्फपासून दूर नेते, तसंच सुख-दुःखाच्या दुष्टचक्रात अडकवते, जिला वासना म्हटलं जातं.

गीतेमध्ये श्रीकृष्णांनी वारंवार सांगितलं आहे, 'ज्या इच्छा सहज, नैसर्गिक, स्वाभाविक आहेत, त्या सहजतेने पूर्ण व्हायला हव्यात. शरीराला भूक लागली, तर त्याला जेवण मिळायला हवं. ते थकलं असेल, तर त्याला आराम मिळायला हवा. अशी इच्छा, हव्यास वा आसक्ती नसून ती नैसर्गिक गरज असते. अशा इच्छांसाठी 'इंद्रियं, त्यांच्या स्वभावधर्मानुसार कार्य करत असतात' या समजेनुसार त्याकडे पाहायला हवं.'

मनुष्य जेव्हा एखाद्या कामनेविषयी आसक्त होतो पण ती पूर्ण झाली नाही, तर क्रोधाचा जन्म होतो. तेव्हा क्रोध हा आसक्तीचा साइड इफेक्ट किंवा आफ्टर इफेक्ट ठरतो. मनाप्रमाणे काही घडलं नाही, तर मनुष्य क्रोध करून निराश होतो.

धार्मिक प्रवचनांमध्ये सांगितलं जातं, 'काम आणि क्रोध करू नये. कारण याने साधकाचं पतन होतं.' परंतु शरीर हे शरीर आहे. त्याच्यात जशा इच्छा निर्माण होतात तसं क्रोधही निर्माण होतोच, मग यावर उपाय काय? याचं उत्तर आहे.

जे काही घडतंय, ते शरीरासोबत घडत आहे, ही समज अंगीकारून त्याचा स्वीकार करावा. त्याचबरोबर 'मी शरीर नाही. म्हणून हे माझ्यासोबत

अध्याय ५ : २३-२४

घडतच नाही' याची स्वतःला आठवण द्यावी. अशा प्रकारे आपल्या चांगल्या-वाईट भावनांकडे साक्षीभावाने पाहून स्वानुभवावर जायचं आहे. श्रीकृष्ण जेव्हा म्हणतात, 'काम आणि क्रोध यांचा वेग सहन करणारा पुरुषच योगी आहे आणि तोच सुखी आहे', तेव्हा याचा अर्थ असा नव्हे, की मनुष्यात काम किंवा क्रोध या भावना उत्पन्न होऊ नयेत किंवा त्याने त्यांचं बलपूर्वक दमन करावं अथवा त्या सहन कराव्यात. याचा अर्थ इतकाच आहे, की त्याने त्यात आसक्त न होता, त्या भावनांकडे साक्षीभावाने पाहायला हवं.

जेव्हा तुम्हाला एखाद्या गोष्टीचा राग येईल, तेव्हा त्याचं अवलोकन करा, यावेळी शरीराची स्थिती कशी आहे... श्वासोच्छ्वास कसा सुरू आहे... हृदयाची गती कशी आहे... मनात कोणकोणते विचार चालू आहेत... शरीराच्या कोणत्या भागात तणाव अथवा वेदना जाणवत आहे... या क्रोधामागे कोणती इच्छा दडलीय, ज्यात बाधा निर्माण झाली आहे... मी ती इच्छा सोडू शकतो का? या सर्व बाबींचं अवलोकन केल्यानंतर त्या भावनेची तीव्रता कमी झाल्याचं तुम्हाला जाणवेल.

जो मनुष्य आपल्या आत निर्माण झालेल्या शारीरिक, मानसिक आणि भावनिक हालचाली हृदयस्थ राहून साक्षीभावाने पाहू शकतो, या कलेत तो प्रवीण बनतो, तेव्हा तो कधीही आणि कोणत्याही विकारांमध्ये गुरफटत नाही. मग तो सदैव सुखी आणि आनंदी राहतो. श्रीकृष्णांनी जे सांगितलं, त्याचं तात्पर्य हेच आहे.

श्रीकृष्ण पुढे सांगतात, जो मनुष्य स्वसाक्षी बनतो म्हणजेच सेल्फवर स्थापित होऊन प्रत्येक बाह्य आणि आंतरिक कर्माचा साक्षी बनतो, स्वानुभवात रममाण होतो, त्यानेच संतुष्ट होतो, तोच सेल्फशी एकरूप राहून परमशांतीची अवस्था प्राप्त करतो.

२५-२६

श्लोक अनुवाद : जे संशयापासून उत्पन्न होणाऱ्या द्वंद्वापलीकडे आहे, ज्यांचे मन अंतरातच रममाण झाले आहे. जे सर्व सजीवमात्रांच्या कल्याणात तत्पर आहेत, जे सर्व पापांपासून मुक्त आहेत, ते ब्रह्मवेत्ते निर्वाण, ब्रह्माला प्राप्त होतात॥२५॥

जे काम–क्रोध आणि सर्व भौतिक इच्छांपासून मुक्त, आत्मसंयमी, आत्मसाक्षात्कारी, सतत पूर्णत्वासाठी प्रयत्नरत आहेत, त्यांना भविष्यात ब्रह्मातील मुक्तीची निश्चिती असते॥२६॥

गीतार्थ : प्रस्तुत श्लोकांमध्ये श्रीकृष्ण आपल्या अनुभवात आत्मयोग धारण करणाऱ्या योग्याचं वैशिष्ट्य सांगत आहेत. आत्मयोगी जेव्हा संपूर्ण सृष्टीचं, स्वतःचं आणि ईश्वराचं रहस्य अनुभवाने जाणेल, तेव्हा त्याच्यात कोणतीही शंका उरेल का? लोकांना सर्वाधिक त्रस्त करणारे प्रश्न हे त्यांच्या अस्तित्वाशी निगडित असलेल्या बाबींबद्दल असतात. जसं, मी कोण आहे... पृथ्वीवर का आलो आहे... माझ्या जीवनाचा उद्देश काय आहे... ईश्वर कोण आहे... तो कुठे राहतो... कर्म म्हणजे काय... ते कसं करायला हवं... भाग्य म्हणजे काय... मृत्यू म्हणजे काय... मृत्यूनंतरही जीवन आहे का... इत्यादी. अशा प्रकारे आत्मज्ञानाच्या अग्नीत असे सर्व प्रश्न विलीन होऊन केवळ सत्यच प्रकाशित होतं.

श्रीकृष्ण सांगतात, 'आत्मज्ञानी, स्वानुभवी मनुष्याची सर्व पापं नष्ट होतात.' याचाच अर्थ त्याचा कर्ताभाव नाहीसा होतो. कर्म पाप अथवा पुण्य तेव्हाच बनतं, जेव्हा ते करणाऱ्यात 'मी'चा अहंकार असतो. परंतु जेव्हा कर्ताच नसेल तर मग पाप कुठलं नि पुण्य कसलं! या दोहोंपासून तो मुक्त होतो. ज्याने कामना आणि क्रोध यांकडे साक्षीभावाने पाहून त्यात गुरफटणं सोडलं, ज्याने मनाची बडबड साक्षीभावाने ऐकून त्यात अडकणं सोडून

दिलं, त्यांची शांती कोण भंग करू शकेल बरं?

पक्षी जाळ्यात तेव्हाच फसेल, जेव्हा तो जाळ्याच्या संपर्कात येईल... मासे काट्यांमध्ये तेव्हाच फसतात, जेव्हा ते काही लालसेने काट्याजवळ जातात. मायेचा कोणता काटा मनुष्याला अडकवू शकतो, हे आत्मयोग्याला माहीत असतं. म्हणून संपूर्ण सजगतेने तो काटा साक्षीभावानं पाहत असताना दूरूनच निघून जातो आणि स्वानुभवरूपी अमृतसागरात आनंद आणि शांती यांत लीन होऊन मुक्त विहार करतो.

● मनन प्रश्न :

१. स्थायी आणि अस्थायी आनंदातील फरक तुम्हाला कितपत समजला आहे? अशी उदाहरणं आठवा, जिथे तुम्ही काही प्राप्त झाल्यानंतर खूप आनंदी झाला होता. त्यावेळी तुम्हाला वाटलं होतं, की हा आनंद स्थायी (परमनंट) आहे. परंतु काही कालावधी व्यतीत झाल्यानंतर तो कमी कमी होत गेला, फिका पडला.

२. यापुढे जेव्हा मनात एखादी इच्छा निर्माण होईल आणि ती पूर्ण होणार नाही, तेव्हा मनात निर्माण होणाऱ्या विचारांचं साक्षीभावाने अवलोकन करा. ते विचार तुम्हाला कोणकोणत्या क्षेत्रात काम करण्याची आवश्यकता आहे, याविषयी काही महत्त्वपूर्ण माहिती देतील.

भाग ५

ध्यान आणि भक्त्योगी

।। २७-२९ ।।

अध्याय ५

पर्शान्कृत्वा बहिर्बाह्यांश्चक्षुश्चैवान्तरे भ्रुवोः। प्राणापानौ समौ कृत्वा नासाभ्यन्तरचारिणौ ।।२७।।

यतेन्द्रियमनोबुद्धिर्मुनिर्मोक्षपरायणः। विगतेच्छाभयक्रोधो यः सदा मुक्त एव सः।।२८।।

भोक्तारं यज्ञतपसां सर्वलोकमहेश्वरम्। सुहृदं सर्वभूतानां ज्ञात्वा मां शान्तिमृच्छति।।२९।।

२७-२८

श्लोक अनुवाद : बाह्य इंद्रिय विषयांचे चिंतन न करता दृष्टी एकाग्र करून ती भुवयांच्या मध्यभागी स्थिर करून तसेच नाकातून वाहणारे प्राण व अपान वायू सम करून, ज्याने इंद्रिये, मन व बुद्धी जिंकली आहेत, असा मोक्षतत्पर केवळ मोक्षप्राप्तीचा ध्येय असणारा मुनी* इच्छा, भय आणि क्रोध या विकारातून जेव्हा मुक्त होता तेव्हा तो सदोदित मुक्तच असतो।।२७-२८।।

गीतार्थ : श्रीकृष्ण सांगतात, 'बाह्य विषय-भोग यांचं चिंतन करू नका...' याचा अर्थ असा नव्हे, की 'विषय-भोग न करणारा...' वास्तविक याचा अर्थ असा आहे, की त्यांच्याविषयी मनात विचार न करणारा... त्यात न गुंतणारा... समजा, एका मनुष्याला भूक लागली आहे. पण अद्याप त्याला जेवण मिळालं नाही. परंतु त्याच्या मनात सतत खाण्याचेच विचार सुरू असतात. जसं, 'आज डब्यात काय असेल कोण जाणे... रोजच्या प्रमाणे डाळच नसावी... सोबत लोणचं आणि सॅलड असायलाच हवं... दिनेशच्या डब्यात तर रोज वेगवेगळे पदार्थ असतात... माझंच नशीब वाईट आहे... जाऊ दे, भोजनानंतर बाहेर जाऊन चहा पिऊन येईन...' म्हणजेच त्याने जरी विषय-भोग केला नाही तरी स्वतःला भोक्ता मानून विषय-भोगाबद्दल मनात त्याचं जोरदार चिंतन चाललेलं होतं.

आता दुसऱ्या माणसाचं उदाहरण पाहू या. एक मनुष्य भोजन करत असतानाही पूर्णपणे शांत असतो. तो स्वानुभवावर स्थापित होऊन भोजनाचा आनंद मनापासून लुटत असतो. जेवण स्वादिष्ट आहे की नाही... त्याच्या आवडीचं आहे की नाही... मीठ जास्त आहे की कमी... या बाबींचा त्याच्यावर कोणताही परिणाम होत नाही. तो तर त्याच्या पुढ्यात आलेलं अन्न ईश्वराचा प्रसाद समजून, त्याला धन्यवाद देऊन भक्षण करत असतो, 'खाणारादेखील ईश्वर, बनवणाराही ईश्वर, इतकंच काय पण अन्नाचं पीक उगवणारादेखील ईश्वर...' अशा प्रकारे तो

मुनी - परमेश्वराच्या स्वरूपाविषयी नित्य मनन करणारा

विषय-भोग करूनही त्याविषयी चिंतन करत नाही. तो विषय-भोगांपासून सर्वथा निर्लिप्त असतो.

थोडा विचार करून पाहा, काही चांगलं होवो अथवा वाईट, मनाप्रमाणे घडो अथवा न घडो, तरीदेखील जो मनुष्य आनंदी आहे, त्याच्या जीवनाची गुणवत्ता कशा प्रकारची असेल? तो स्वतःही किती सुखी असेल आणि त्याच्या आसपासचे, त्याच्या सहवासातील लोकही किती सुखी असतील बरं!

श्रीकृष्ण श्लोकात एका यौगिक क्रियेचाही उल्लेख करताहेत, ज्यात दोन भुवयांमध्ये दृष्टी एकत्रित करून अर्धोन्मिलित नेत्रांनी नाकाच्या अग्रभागावर ध्यान एकाग्र केले जाते. शरीरातील ऊर्ध्व आणि अधोगमन करणाऱ्या वायूंचे समत्व साधून नाकपुड्यांमध्ये श्वासोच्छ्वासाची क्रिया रोखली जाते. हे वाचून तुम्ही कदापि असा विचार करू नये, ही तर योगी आणि तपस्वी यांच्यासाठीची विधी आहे. आम्ही हे कसं करणार? वास्तविक या यौगिक स्थितीत तुम्ही हे समजून घ्यायला हवं, की तुम्हालादेखील जीवनात संतुलन प्राप्त करायचं आहे. ही अवस्था प्राप्त करायची आहे. तुम्ही जेव्हा संतुलन अवस्थेत असता, तेव्हा प्राणावर लक्ष केंद्रित केलं तर तुमचा प्राणदेखील संतुलित होईल. मनाचा शरीरावर आणि शरीराचा मनावर प्रभाव पडता कामा नये. तुम्ही कुठूनही सुरुवात करा, पण आपलं ध्यान समभावनेवर (स्व-स्वभावावर) साक्षी बनून केंद्रित करायला हवं.

या मायेच्या संसारात राहून आपली दैनंदिन क्रिया-कर्म करताना, लोकांशी व्यवहार करताना... ज्या काही समस्या येतील, जसं- कामना उत्पन्न होणं, इंद्रियांचं विषयांमध्ये गुरफटणं, क्रोध निर्माण होणं, भय, असुरक्षितता, तिरस्कार इत्यादी विकार उफाळून येणं. अशा स्थितीतही आपण संतुलित राहायला हवं. आपण कोणत्याही परिस्थितीत ईश्वरापासून दूर जाता कामा नये. अशा वेळी वारंवार स्वतःला, 'मी कोण आहे आणि इथे

अध्याय ५ : २९

का आहे, जे काही घडत आहे, ते कुणासोबत घडत आहे आणि कोण करत आहे' याची आठवण द्यायला हवी. असं जर झालं तर तुम्ही सदैव मुक्तच राहाल.

२९

श्लोक अनुवाद : मी सर्व यज्ञ आणि तपस्यांचा परमभोक्ता, सर्व ग्रहलोक आणि देवदेवतांचा परमेश्वर. मी सर्व जीवांचा हितकर्ता व सर्व जीवांच्या कल्याणाची इच्छा करणारा आहे, हे जाणून माझे पूर्ण ज्ञान असलेला भक्त, सांसारिक दुःखापासून शांती प्राप्त करतो।।२९।।

गीतार्थ : एक भक्त आपल्या ईश्वरालाच सर्व कर्म (यज्ञ) आणि तप करणारा व भोगणारा मानतो. तो स्वतःला केवळ ईश्वराचा दास किंवा यंत्र मानतो आणि सर्व प्रकारच्या कर्ताभावापासून मुक्त होतो. एक भक्त ईश्वराला संपूर्ण सृष्टीचा स्वामी... ईश्वरांचा ईश्वर मानतो. विश्वात अनेक देवी-देवतांची पूजा केली जाते. त्यांचे भक्त केवळ आपापल्या इष्ट देवतांनाच ईश्वर मानतात, इतरांना मानत नाहीत.

मात्र जो भक्त ईश्वराला तत्त्वतः जाणतो, तो सर्वांमध्ये त्या एका परम चेतनेचं, ईश्वराचंच दर्शन करतो. त्याची दृष्टी सर्वांमध्ये 'ईश्वरांचा ईश्वर' म्हणजे सेल्फलाच पाहते. मग त्याच ईश्वराला तो सर्व शरीरी-अशरीरी प्राण्यांमध्ये निवास करणाऱ्या चेतनेच्या रूपात पाहतो. तोच सेल्फ सर्वांचा प्रिय, सर्वांचं मंगल करणारा, सर्वांवर दया, कृपा आणि प्रेम करणारा आहे. कारण सर्वांमध्ये तोच विराजमान आहे.

अध्याय ५ : २९

● मनन प्रश्न :

१. आपण जरी काही शारीरिक कर्म करत नसाल तरी आपल्या मनात सुरू असलेल्या मानसिक कर्मांकडे (विचारांकडे) साक्षीभावाने पाहा. रिकाम्या वेळेत ते कोणत्या दिशेने, कोणत्या सुविधांसाठी आणि कोणत्या कामासाठी अधिक धावतात, याचं अवलोकन करा.

अध्याय ६
आत्मसंयमयोग

|| अध्याय ६ - सूची ||

श्लोक	विषय	पृष्ठ
१-४	योगारूढ योगी．．．．．．．．．．．．．．．．．．．．．．．．．．	६३
५-९	इंद्रियांवर विजय．．．．．．．．．．．．．．．．．．．．．．．．．．	७१
१०-२३	आता आत्मसंयमी मनुष्याने काय करावं．．．．	७९
२४-२८	आत्मसंयमाची युक्ती．．．．．．．．．．．．．．．．．．．．．．	९३
२९-३२	आत्मसंयमाचा परिणाम．．．．．．．．．．．．．．．．．．．	१०१
३३-३६	मनाला वश कसं करावं．．．．．．．．．．．．．．．．．．．．	१०७
३७-४७	श्रद्धा असेल, पण संयमच नसेल तर काय होईल．．．．．．．．．．．．．．．．．．．．	११५

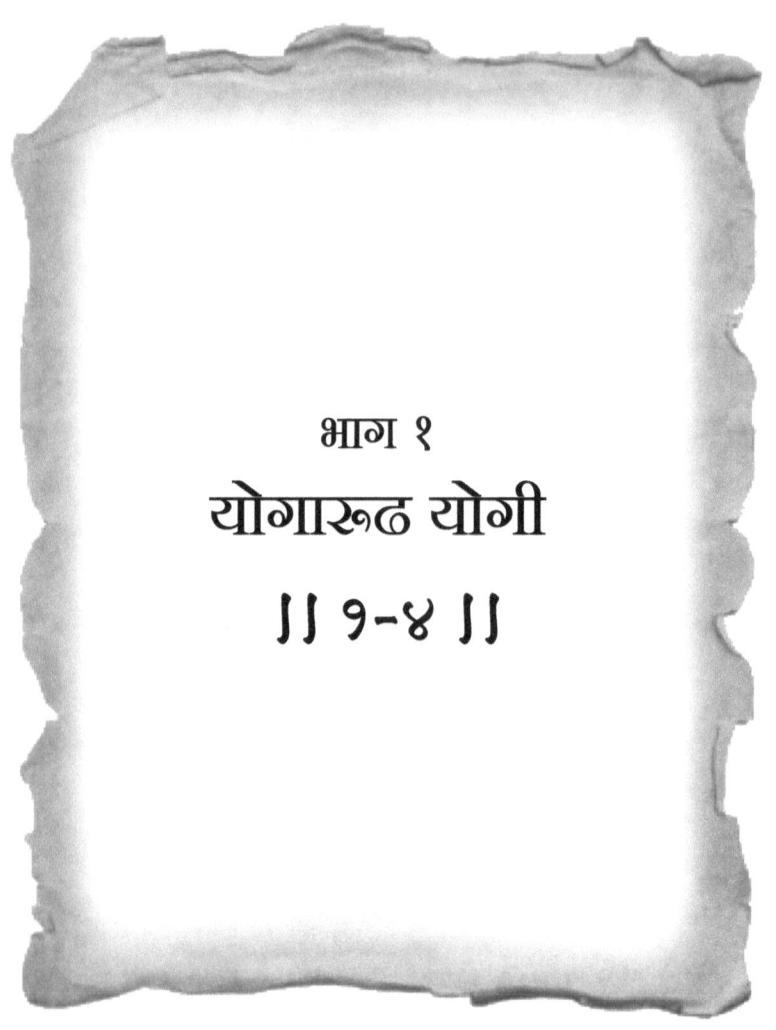

भाग १
योगारूढ योगी
॥ १-४ ॥

अध्याय ६

स्श्रीभगवानुवाच

अनाश्रितः कर्मफलं कार्यं कर्म करोति यः। स सन्न्यासी च योगी च न निरग्निर्न चाक्रियः ।।१ ।।

यं सन्न्यासमिति प्राहुर्योगं तं विद्धि पाण्डव। न ह्यसन्न्यस्तसङ्कल्पो योगी भवति कश्चन।।२।।

आरुरुक्षोर्मुनेर्योगं कर्म कारणमुच्यते। योगारूढस्य तस्यैव शमः कारणमुच्यते।।३।।

यदा हि नेन्द्रियार्थेषु न कर्मस्वनुषज्जते। सर्वसङ्कल्पसन्न्यासी योगारूढ़स्तदोच्यते।।४।।

१

श्लोक अनुवाद : भगवान श्रीकृष्ण म्हणाले, जो पुरुष कर्मफळाची आसक्ती न ठेवता केवळ कर्तव्य कर्म करतो, वास्तविक तोच संन्यासी व योगी होय. पण जो अग्निहोत्रादिक कर्म करीत नाही तसेच आपले कर्तव्यही करीत नाही तो संन्यासी नव्हे किंवा योगीही नव्हे.।।१।।

गीतार्थ : अर्जुनाने श्रीकृष्णाला युद्ध न करण्याचं पुढील कारण दिलं होतं, 'राज्य, पद-प्रतिष्ठा आणि धन-संपत्ती, वैभव यांची प्राप्ती करण्यासाठी आपल्या सगे-सोयऱ्यांना मारण्यापेक्षा, या सांसारिक गोष्टींचा त्याग करणंच श्रेयस्कर ठरेल... तसंही धर्माच्या दृष्टिकोनातून लोकांची हत्या करणं हे पापच आहे आणि प्रापंचिक सुखांचा त्याग करणंच श्रेष्ठ आहे.' असं करून खरंतर तो स्वतःला संन्यासी अथवा त्यागी समजून संतुष्ट होऊ शकला असता; परंतु त्याचा हा विचार म्हणजे वास्तवात त्याच्यातील अज्ञान, अहंकार, मोह आणि कर्तव्यपराङ्मुखतेचा जणू काही आरसाच होता. त्यामुळेच श्रीकृष्ण अर्जुनाला वारंवार समजून सांगत आहेत, की स्वाभाविक क्रियाकर्म अथवा कर्तव्यकर्मांचा त्याग करणारा मनुष्य संन्यासी अथवा त्यागी ठरत नाही. याउलट तो आपल्या कर्तव्यांपासून पलायन करण्याचं पापकर्मंच करत असतो. कर्म आणि त्याचे परिणाम (कर्मफळ) यांच्याविषयी अनासक्त राहून, कर्तेपणाच्या भावनेचा (अहंभाव) त्याग करून, कर्म करत राहणाराच खऱ्या अर्थाने कर्मसंन्यासी अथवा योगी ठरतो.

जसं, काही लोक भोजनाचा त्याग करतात, ते फक्त फलाहार अथवा द्रवपदार्थांचं सेवन करून डाएट करतात. काही लोक वस्त्रांचा त्याग करतात. काही लोक बिछान्यावर झोपत नाहीत... असं करून ते स्वतःला संन्यासी समजू लागतात. परंतु ते संन्यासी आहेत किंवा नाही, हे त्यांच्या अशा गोष्टींच्या त्यागण्यावर अवलंबून नसतं, तर केवळ त्यांची आंतरिक वैचारिकता आणि अंतरंगातील भावना यांवरच निर्भर असतं.

अध्याय ६ : २-३

२-३

श्लोक अनुवाद : पांडूपुत्र अर्जुना! ज्याला संन्यास असं म्हणतात, तोच योग किंवा ब्रम्हाशी युक्त होणं असं जाण. कारण जोपर्यंत मनुष्य इंद्रियतृप्तीच्या इच्छेचा, संकल्पांचा त्याग करत नाही तोपर्यंत योगी बनत नाही.।।२।।

योगारूढ होण्याची इच्छा बाळगणाऱ्या मननशील पुरुषाला योगाची प्राप्ती होण्यासाठी निष्काम भावनेने कर्म करणं हाच हेतू सांगितला आहे. शिवाय योगारूढ झाल्यावर त्या योगारूढ पुरुषाचा जो सर्व संकल्पांचा अभाव आहे, तोच कल्याणाचं कारण सांगितलं आहे.।।३।।

गीतार्थ : सर्वसाधारणतः 'संन्यासी' असा शब्द जेव्हा उच्चारला जातो, तेव्हा एका अशा व्यक्तीची प्रतिमा आपल्या नजरेसमोर येते, जिने या प्रपंचाचा, कुटुंबाचा, रोजगाराच्या साधनांचा, इतकंच काय पण सर्वसामान्य अशा वेशभूषेचाही त्याग केला आहे आणि आता ती व्यक्ती केवळ ईश्वरावरच अवलंबून राहतेय.

त्याचप्रमाणे संन्यास याचा अर्थ-अहंभावाचा त्याग करून, मी म्हणजे कर्ता नव्हे असं समजून; मन, इंद्रिय आणि शरीराद्वारे होणाऱ्या सर्व क्रियांमध्ये कर्तेपणाच्या अभिमानाने रहित होऊन, सर्वव्यापी परमात्म्यात (सोहंभावात, आपल्या असण्याच्या जाणिवेत) स्थिर राहण्याचं नाव 'ज्ञानयोग' आहे. यालाच 'संन्यास', 'सांख्ययोग' अशा नावांनीही संबोधलं जातं.

'योगी' हा शब्द ऐकताच अशा व्यक्तीची प्रतिमा आपल्या नजरेसमोर येते, जी ध्यानसाधनेत बसली असून, ध्यानस्थ होऊन ईश्वराशी एकाकार झाली आहे, तादात्म्य पावली आहे.

आपल्या हृदयातील ईश्वराच्या आदेशानुसार, अंतर्यामीच्या आवाजानुसार केल्या गेलेल्या कृतीस 'योग' असं म्हटलं जातं. तसंच, या योगास 'यज्ञ' असंही म्हटलं जातं. ईश्वराच्या हुकुमानुसार, ईश्वरेच्छेने,

सारासार विवेक बुद्धीने, सर्वांठायी समत्व भाव बाळगून कर्म करण्याचं नाव आहे, 'निष्काम कर्मयोग'! यालाच 'समत्वयोग', 'बुद्धियोग', 'कर्मयोग' इत्यादी नावांनीदेखील संबोधलं गेलं आहे.

श्रीकृष्णांनी संन्यासी आणि योगी हे एकच असल्याचं सांगितलं आहे. शिवाय योगी अथवा संन्यासी होण्याची पात्रतादेखील एकच आहे- 'संकल्पांचा त्याग'.

आता 'संकल्प' म्हणजे काय, ही गोष्ट लक्षात घेण्यासारखी आहे. एखादा मनुष्य जेव्हा पूर्णपणे निश्चय करून 'अमुक एक गोष्ट मी करणारच', असा ठामपणे निर्णय घेतो, तेव्हा त्याने संकल्प केला असं म्हटलं जातं. उदाहरणार्थ- एखादा होम-हवन विधी अथवा पूजा-अर्चा करण्यापूर्वी पूजा करणारा पुरोहित यजमानांकडून पूजेचा संकल्प करवून घेतो. 'या वर्षी मी अव्वल गुणांनी उत्तीर्ण होणारच,' असा संकल्प विद्यार्थी करतात. 'एके दिवशी मी आपल्या देशासाठी पदक जिंकून आणणारच,' या संकल्पासह खेळाडू आपल्या सरावास प्रारंभ करतात. तसं पाहायला गेलं, तर प्रत्येक महान कार्याचा प्रारंभ हा कोणत्या न् कोणत्या संकल्पाच्याच आधारे होत असतो. महात्मा गांधींनीही इंग्रजांना भारतातून पळवून लावण्याचा संकल्प करूनच 'चले जाव - छोडो भारत' अभियानास प्रारंभ केला होता.

अर्थात, संकल्प करणं ही तर चांगलीच गोष्ट आहे. संकल्प केल्याने काम करण्यास उत्साह येतो, कार्यात दृढता येते, त्यास बळकटी आणि ऊर्जा मिळते. असं असेल, तर मग श्रीकृष्ण संकल्पांचा त्याग करण्याविषयी का बरं सांगत आहेत? तर याचं कारण आहे, प्रत्येक संकल्पाच्या मुळाशी जो भाव असतो- 'मी' अथवा 'आम्ही'. 'मला हे करायचं आहे... मी असं बनणार आहे... आम्ही असं करणार आहोत... इत्यादी.' अशा प्रकारे जिथे मीपणाचा अहंभाव असतो, तिथे अहंकार असेल आणि जिथे अहंकार असतो, तिथे ईश्वराशी योग कसा बरं साधला जाणार? यावर सखोल चिंतन

केलं, तर श्रीकृष्ण संकल्प त्यागण्याविषयी नव्हे, तर आपल्या अंतर्यामी असलेल्या, संकल्प करणाऱ्या त्या 'व्यक्तिगत मी'ला त्यागण्याविषयी सांगत असल्याचं लक्षात येईल.

एक योगी, जो मनात संकल्प करून बसतो, 'मी ईश्वराला प्राप्त करूनच समाधिवस्था सोडेन...' अथवा 'मी अमुक एका गोष्टीचा त्याग केला आहे, अथवा करणार आहे. म्हणून आता मला ईश्वरप्राप्ती होणार आहे...,' असे भाव एखाद्या संन्यासाच्या मनात येत असतील, तर हे दोघेही संन्यासी अथवा योगी म्हणण्याच्या योग्यतेचे नाहीत. जोपर्यंत त्यांच्या संकल्पांत आणि इच्छा-अपेक्षांत 'मी'ची प्रेरणा जिवंत आहे, तोपर्यंत त्यांना ईश्वरी अनुभवात स्थिरता प्राप्त होणार नाही. 'मी'चा अहंभाव नष्ट झाल्यानंतरच 'सेल्फ'चा अनुभव घेता येऊ शकतो. एखाद्या प्रापंचिक मनुष्याने जर ईश्वरी भक्तिसाधनेत या 'व्यक्तिगत मी'चा त्याग केला आणि त्या 'व्यापक मी'लाच (सेल्फलाच) संकल्प करू दिला, तर तो या प्रपंचात राहूनसुद्धा, आपली सर्व कर्तव्यकर्मं करत असतानाही स्वानुभव प्राप्त करू शकतो.

राजा जनक, संत कबीर आणि संत रोहिदास असे लोक, याची उदाहरणं आहेत. ते गृहस्थाश्रमात राहून आपली सर्व प्रापंचिक कर्तव्यं पार पाडत होते, तरीही त्यांना स्वानुभवाची प्राप्ती झाली. कारण त्यांच्या शरीराद्वारे संकल्प करून घेणारा कोणी व्यक्तिगत मी नव्हता, तर तो विश्वव्यापक-युनिव्हर्सल मी होता.

श्रीकृष्ण म्हणतात, 'ज्या कोणा मानवाला या योगाची प्राप्ती करण्याची, स्व-अनुभव प्राप्त करण्याची इच्छा असते, त्याची या दिशेने केली जाणारी सर्व कर्मं ही निष्काम असायला हवीत. म्हणजेच कर्मफळाच्या आशेचा त्याग करून, पूर्ण उत्साहाने, त्याने केवळ कर्म करत राहायला हवं. 'या शरीराद्वारे करणाराही तोच आहे आणि मिळवणाराही तोच आहे... जशी त्याची इच्छा, त्याच्या इच्छेतच माझी इच्छा सामावलेली आहे,' केवळ

हाच विचार त्याच्यामध्ये असायला हवा. या समजेनुसार सर्व संकल्पांचा त्याग करून, योगप्राप्तीसाठी निमित्त ठरतील अशीच कर्मं (नैमित्तिक कर्मंच) त्याच्याकडून घडायला हवीत.

४

श्लोक अनुवाद : ज्यावेळी इंद्रियांच्या भोगांत आणि कर्मांतही पुरुष आसक्त होत नाही, त्यावेळी सर्व संकल्पांचा त्याग करणाऱ्या पुरुषाला योगारूढ म्हटले जाते।।४।।

गीतार्थ : एखादा मनुष्य योगारूढ केव्हा होतो, हे श्रीकृष्ण पुढे सांगत आहेत. योगारूढ होणं याचा अर्थ आहे, स्वानुभवाच्या अवस्थेत स्थापित होणं. एखाद्या मनुष्यामध्ये जेव्हा कोणताही व्यक्तिगत मी शिल्लक राहत नाही... त्याचा 'मी', अव्यक्तिगत 'मी'मध्ये विलीन होतो, तेव्हाच तो योगारूढ होतो. हा 'मी' विलीन झाल्यानंतरच मनुष्य इंद्रियसुखांबाबत आणि कर्मांबाबत पूर्णपणे अनासक्त होऊ शकतो. अन्यथा मी, माझं, मला... यांसारखे भाव त्याला इंद्रियसुखांशी आणि कर्मांशी जखडून ठेवतात.

अध्याय ६ : ४

● मनन प्रश्न :

१. आपल्या अंतरंगात उमटणाऱ्या संकल्पांवर विचार करा, ते संकल्प व्यक्तिगत 'मी'चे आहेत की सेल्फचे, हे आवर्जून पाहा.

२. आज काही वेळेकरिता का होईना; पण व्यक्तिगत संकल्पांना सेल्फच्या संकल्पांमध्ये रूपांतरित करा. जसं – 'मी हे करेन...' असं म्हणण्याऐवजी, 'ईश्वरच हे करेल...' असा विचार करा.

भाग २
इंद्रियांवर विजय
॥ ५-९ ॥

अध्याय ६

स्उद्धरेदात्मनाऽत्मानं नात्मानमवसादयेत्। आत्मैव ह्यात्मनो बन्धुरात्मैव रिपुरात्मनः ।।५।।

बन्धुरात्मात्मनस्तस्य येनात्मैवात्मना जितः। अनात्मनस्तु शत्रुत्वे वर्तेतात्मैव शत्रुवत् ।।६।।

जितात्मनः प्रशान्तस्य परमात्मा समाहितः। शीतोष्णसुखदुःखेषु तथा मानापमानयोः।।७।।

ज्ञानविज्ञानतृप्तात्मा कूटस्थो विजितेन्द्रियः। युक्त इत्युच्यते योगी समलोष्टाश्मकांचनः।।८।।

सुहृन्मित्रार्युदासीनमध्यस्थद्वेष्यबन्धुषु। साधुष्वपि च पापेषु समबुद्धिर्विशिष्यते।।९।।

५-६

श्लोक अनुवाद : मनुष्याने स्वतःची अधोगती होऊ न देता त्याने स्वतःचाच संसारसमुद्रातून उद्धार करायला हवा. कारण मनुष्य हा स्वतःचाच मित्रही आहे आणि शत्रूही आहे।।५।।

ज्या जीवात्म्याने मन व इंद्रियांसह शरीर जिंकले, त्याचा तर तो स्वतःच मित्र असतो. पण ज्याने मन व इंद्रियांसह शरीर जिंकले नाही, त्याचा तो परम शत्रू असतो, स्वतःच शत्रुत्व पत्करतो।।६।।

गीतार्थ : प्रस्तुत श्लोकांद्वारे श्रीकृष्ण किती समर्पक गोष्ट सांगत आहेत. मनुष्य स्वतःच स्वतःचा सर्वांत मोठा हितशत्रू असून, तो स्वतःचा सर्वांत जिवलग मित्रदेखील आहे. त्याची स्वतःची विचारपद्धती, त्याची स्वतःची कर्मं, हेच तर त्याचा लाभ अथवा नुकसान असतात. मनुष्याने काय करायला हवं, काय करू नये... या सगळ्या गोष्टी तर सर्वांनाच ठाऊक आहेत. हल्ली तर अशी सगळी बोधवाक्यं, विशेषतः शरीरस्वास्थ्यासंबंधीचे सल्ले, व्हॉट्सॲप, फेसबुक इत्यादींवरूनसुद्धा सहजपणे इकडून तिकडे पाठवले जात असतात, फॉरवर्ड केले जात असतात. किती, कधी आणि काय खायला हवं, कोणत्या गोष्टी अपथ्यकारक आहेत, शरीर निरोगी राखण्यासाठी किती व्यायाम करणं आवश्यक आहे... इत्यादी. परंतु किती लोक ते वाचून त्यावर चिंतन, मनन करतात, किती लोक त्यांचा दैनंदिन आयुष्यात अवलंब करतात? केवळ इकडून ज्ञान मिळालं आणि तिकडे फॉरवर्ड केलं, बस्स! इथवरच ते मर्यादित राहतं.

जे लोक स्वादाच्या लालसेने गरजेपेक्षा जास्त खातात, गरजेपेक्षा जास्त आराम करतात, व्यायाम करत नाहीत, नकारात्मक विचारांमध्ये गुंतून राहतात, आळसामुळे आपली कामं वेळच्यावेळी करत नाहीत, व्यसनांच्या अधीन होतात... अशांना अपयशी होण्यासाठी इतर कोणत्याही शत्रूची गरजच भासत नाही, ते आपल्या कर्मांनी स्वतःचंच आयुष्य बरबाद करत असतात. कळत-नकळतपणे त्यांनी स्वतःशीच शत्रुत्व पत्करलेलं असतं. अशा मनुष्यांसाठीच श्रीकृष्ण सांगत आहेत, की ज्याने आपलं मन, इंद्रियं आणि शरीराला जिंकलं

अध्याय ६ : ७

नाही, तो स्वतःच स्वतःचा शत्रू आहे. याउलट ज्यांचं मन, इंद्रियं आणि शरीर त्यांच्या सदसद्विवेकबुद्धीच्या स्वाधीन आहे, ते स्वतःचेच मित्र आहेत.

एक मनुष्य आपल्या व्हॉट्सऑपवरील मेसेज बघत होता. तेव्हा त्याला आपल्या एका परिचिताचा मेसेज दिसला, ज्यात एका सत्य शिबिराविषयीची माहिती होती. त्याचबरोबर त्या सत्य शिबिरामुळे होणाऱ्या असंख्य लाभांचंदेखील वर्णन त्यात केलेलं होतं. तो वाचून त्या मनुष्यामध्ये खूपच उत्साह संचारला. आता आपण त्या शिबिराला जायचंच आणि आपल्या आयुष्याला एक नवी सकारात्मक दिशा द्यायचीच, असा त्याने ठामपणे निश्चय केला.

काही कालावधीने त्याला दुसऱ्या एका परिचिताचा मेसेज मिळाला, त्यात त्याने एका पार्टीचं निमंत्रण पाठवलेलं होतं. त्या पार्टीचीसुद्धा नेमकी तीच वेळ होती, जी त्या सत्य शिबिराची होती. आता जरा विचार करा, त्यावेळी त्या मनुष्याच्या मनात कोणतं द्वंद्व चाललं असेल? या दोन्हींपैकी तो नेमकी कशाची निवड करेल? एकीकडे मोहमायेचं आकर्षण, तर दुसरीकडे सत्याची साद आहे. अशा वेळी अर्जुनाप्रमाणेच, तो स्वतःचा मित्र आहे की शत्रू, हे त्याची स्वतःची निवडच ठरवू शकेल.

त्यासाठीच श्रीकृष्ण आपल्याला सांगत आहेत, 'स्वतःच स्वतःचा संसारसागरातून उद्धार करून घ्यावा आणि स्वतःला अधोगतीला जाऊ देऊ नये.' आयुष्यात ज्या-ज्यावेळी सत्य आणि माया यांपैकी कोणत्यातरी एकाची निवड करण्याचा प्रसंग उद्भवेल, त्या-त्या प्रत्येकवेळी केवळ सत्याचीच निवड करावी. मायेचं आकर्षण अस्थिर आणि भ्रामक असतं, तर सत्य आपल्याला चिरकाल शांती आणि आनंद प्रदान करून देणार असतं.

७

श्लोक अनुवाद : शीत-उष्ण, सुख-दुःख, तसेच मान-अपमान यांमध्ये

अध्याय ६ : ७

ज्याच्या अंतःकरणाची वृत्ती पूर्णपणे शांत असते, अशा स्वाधीन आत्मा असलेल्या पुरुषाच्या ज्ञानात सच्चिदानंदघन परमात्मा उत्तमप्रकारे अधिष्ठित असतो; म्हणजेच त्याच्या ज्ञानात परमात्म्याशिवाय इतर काही नसतंच ||७||

गीतार्थ : जो मनुष्य परमात्म्याशी एकरूप होऊन स्वानुभवात स्थापित होतो, तेव्हा त्याची चेतना त्याच्या शरीराशी अथवा मनाशी निगडित नसते, तर ती ईश्वराशी एकरूप झालेली असते. म्हणून त्याच्या शरीरावर परिणाम करणारी कारक तत्त्वं, म्हणजे उष्णता, शीतलता, वेदना, पीडा... इत्यादींचा त्याच्यावर परिणाम होत नाही.

मात्र, याचा अर्थ असा नव्हे, की त्याच्या शरीराला उष्णता अथवा शीतलता जाणवणारच नाही, किंवा जखम झाल्यावरही त्याला वेदना होणार नाहीत. थंडी तर जाणवेल, पण थंडीमुळे होणारी मनाची कुरबूर मात्र नसेल. जशी सर्वसामान्य लोकांची बडबड सुरू असते, 'अरे बापरे, किती थंडी पडलीय... मी तर या गारठ्याने मरूनच जाईन... अरे देवा, तू हा हिवाळा कसा निर्माण केलास...?' एखादी जखम झाली, तर त्या जखमेच्या वेदना होतील; परंतु त्या वेदनांचं, 'अरे रे... मेलोच आता... मी कुणाचं काय वाईट केलं होतं... माझ्याच बाबतीत असं का घडलं... किती दुखतंय बरं...,' असं दुःख होणार नाही.

एक आत्मसाक्षात्कारी, स्व-अनुभवावर स्थित झालेला मनुष्य आपल्या शरीर आणि मनावर होणाऱ्या जाणिवांबाबत सदैव दक्ष राहून, स्वीकारभावातच राहात असतो. त्या सर्व गोष्टींचा तो केवळ साक्षी असतो. त्याला कोणत्याही गोष्टीने मान अथवा अपमान वाटत नाही, कारण समोरच्या व्यक्तीमध्येही आणि स्वतःमध्येही त्याला त्या सर्वसाक्षी ईश्वराचंच दर्शन होत असतं. प्रत्येक कर्माचा कर्ताही तोच असून, भोक्तादेखील केवळ तो एकच आहे, हे त्याला निश्चितपणे माहीत असतं. या कारणाने त्याचं अंतःकरण नेहमी शांत आणि ईश्वरामध्येच लीन असतं. त्याच्याठायी केवळ

एकच परमसत्य असतं; 'चराचरात केवळ तो सच्चिदानंदघन, ईश्वरच आहे, परमात्माच सामावलेला आहे, त्याच्याशिवाय इतर काहीही नाही, हेच निश्चित आहे, हे मला ठाऊक आहे.'

८-९

श्लोक अनुवाद : ज्याचं अंतःकरण ज्ञान-विज्ञानाने तृप्त आहे, ज्याची स्थिती निर्विकार आहे, ज्याने आपली इंद्रियं पूर्णपणे जिंकली आहेत आणि ज्याला दगड, माती व सोनं एकसमान आहे, तो योगी युक्त म्हणजे भगवंताला प्राप्त झालेला आहे, असं म्हटलं जातं॥८॥

सुहृद, मित्र, शत्रू, उदासीन, मध्यस्थ, द्वेष करण्यासारखा, बांधव, सज्जन आणि पापी या सर्वांविषयी समान भाव बाळगणारा अत्यंत श्रेष्ठ आहे॥९॥

गीतार्थ : प्रस्तुत श्लोकांद्वारे श्रीकृष्ण अशा योगी मनुष्याच्या स्थितीविषयी सांगत आहेत, ज्याने ईश्वरप्राप्ती साध्य केली आहे. म्हणजेच जो स्व-अनुभवावर स्थापित झाला असून, त्याने ते सर्वोच्च ज्ञान प्राप्त केलं आहे. म्हणून आता त्याच्या अंतरंगात कोणत्याही प्रकारची शंका-कुशंका, चुकीचे समज-गैरसमज, द्विधावस्था इत्यादी काही शिल्लक नाही. त्याच्या अंतरंगातील अज्ञानरूपी अंधकार ज्ञानाच्या प्रकाशाने दूर झाला आहे.

आता तो प्रत्येक प्रकारच्या विकारापासून दूर आहे. विकारांची जनक-जननी तर माया आणि अज्ञानच असल्याने विकारांचा प्रारंभ तिथूनच होत असतो. तिथूनच मनुष्य स्वतःला त्या 'सर्वव्यापी मी'पासून वेगळं करून 'व्यक्तिगत मी' बनतो. स्वतःला 'मी' समजणं, हाच सर्वांत मोठा विकार आहे. त्यानंतरच मग त्याच्यात उरलेले इतर विकार जसं- क्रोध, ईर्ष्या, अहंकार, मोह, हव्यास, तिरस्कार आदी बळावू लागतात.

स्वानुभव प्राप्त झालेल्या मनुष्याची इंद्रियं त्याला वश झालेली असतात, ती त्याच्या ताब्यात असतात. त्याच्या इंद्रियांवर सदसद्विवेक

अध्याय ६ : ८-९

बुद्धीचं नियंत्रण असतं, मनाचं नियंत्रण नसतं. ती सर्व इंद्रियं आपापली नैसर्गिक कार्य पार पाडत असतात आणि कोणत्याही विषयवासनेत गुंतून राहत नाहीत. अशा मनुष्याच्या मनात आप-पर भाव नसतो, कोणतीही भेदबुद्धी नसते. तो कोणाला श्रेष्ठही किंवा कनिष्ठही समजत नाही. म्हणून त्याच्या दृष्टीने सोनं, माती आणि दगड यांत काहीच फरक नसतो.

श्रीकृष्ण पुढे सांगतात, स्वानुभवी योगी वेगवेगळ्या मनुष्यांकडेही भेदाभेद दृष्टीने पाहत नाही. त्याच्याकरिता सुहृद (चांगल्या मनाचा, कोणताही स्वार्थ न बाळगता सर्वांच्या हिताचा विचार करणारा), मित्र, शत्रू (वैरी), तटस्थ (विरक्त, जो कोणत्याही प्रकारचा पक्षपात करत नाही), मध्यस्थ (जो दोन्ही पक्षांचं हित साधू इच्छितो), द्वेषी (तिरस्कार करणारा) आणि बांधव (सज्जन नातेवाईक), तसंच थोर धर्मात्मा आणि अधम पापी, त्याच्या ठायी सर्वजण सारखेच असतात.

समोर दिसत असलेली शरीरं हे तर अचेतन देह आहेत, त्या देहांमधील प्राण, चैतन्य केवळ तो एक ईश्वरच आहे, जो निर्गुण आणि निर्विकार आहे, हे अनुभवाने त्याला माहीत झालेलं असतं. मग असं जर असेल, तर कोणाला चांगला म्हणायचं आणि कोणाला वाईट... कोण आपलं आहे आणि कोण परकं... कोण पापी आहे आणि कोण धर्मात्मा... सगळी शरीरं आपापली भूमिका पार पाडत आहेत. मुळात सर्व काही शुद्ध आहे, बुद्ध आहे... त्यांच्यात जर काही चुकीचं असेल, तर ते आहेत त्यांच्या शरीरातील विचार, विकार, वृत्ती, अहंकार... जे तमोगुण सत्याच्या ज्ञानरूपी प्रकाशानेच दूर होऊ शकतात.

| अध्याय ६ : ८-९ |

● **मनन प्रश्न :**

१. आपल्या आयुष्यात असा कोणता इंद्रियसुखाचा विषय आहे, जो चुकीचा आहे, हे आपल्याला माहीत असूनही आपण त्यात गुंतलेलो असतो?

२. आपलं मन कधी, कोणत्या वेळी आपला आतला आवाज दाबून टाकतो आणि व्यर्थ बहाणेबाजी करू लागतं, हे आज दिवसभरात तपासून पाहा.

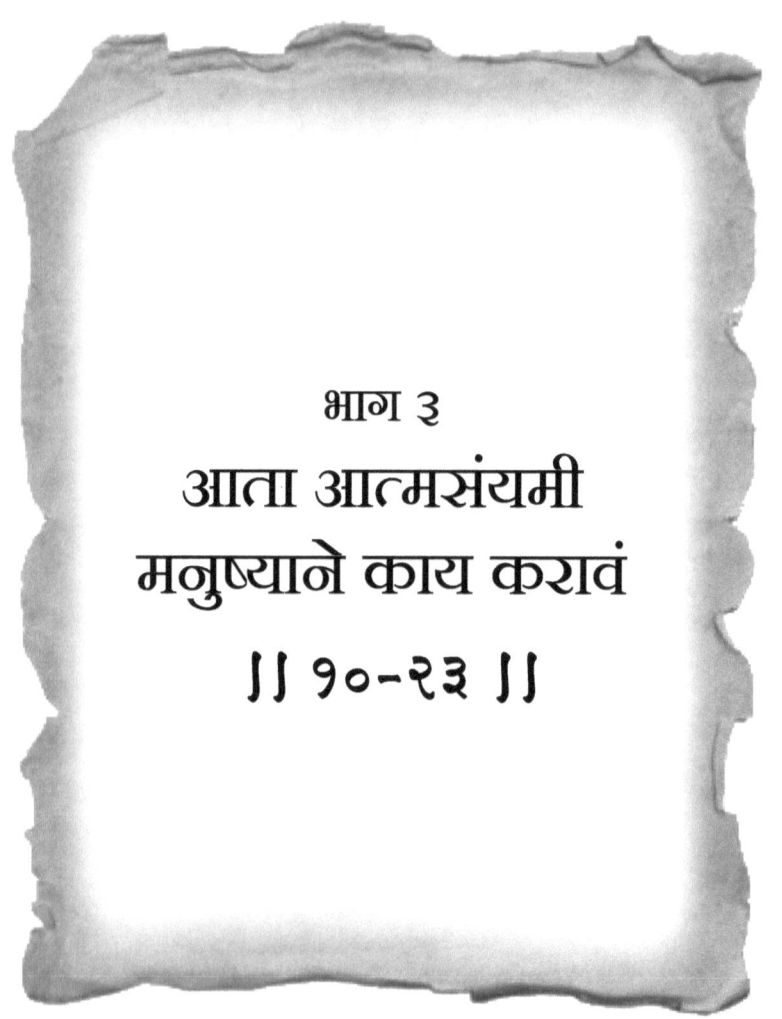

भाग ३
आता आत्मसंयमी
मनुष्याने काय करावं
॥ १०-२३ ॥

अध्याय ६

योगी युञ्जीत सततमात्मानं रहसि स्थितः। एकाकी यतचित्तात्मा निराशीरपरिग्रहः।।१०।।
शुचौ देशे प्रतिष्ठाप्य स्थिरमासनमात्मनः। नात्युच्छ्रितं नातिनीचं चैलाजिनकुशोत्तरम् ।।११।।
तत्रैकाग्रं मनः कृत्वा यतचित्तेन्द्रियक्रियः। उपविश्यासने युञ्ज्याद्योगमात्मविशुद्धये।।१२।।
समं कायशिरोग्रीवं धारयन्नचलं स्थिरः। सम्प्रेक्ष्य नासिकाग्रं स्वं दिशश्चानवलोकयन् ।।१३।।
प्रशान्तात्मा विगतभीर्ब्रह्मचारिव्रते स्थितः। मनः संयम्य मच्चित्तो युक्त आसीत मत्परः।।१४।।
युञ्जन्नेवं सदात्मानं योगी नियतमानसः। शान्तिं निर्वाणपरमां मत्संस्थामधिगच्छति।।१५।।
नात्यश्नतस्तु योगोऽस्ति न चैकान्तमनश्नतः। न चाति स्वप्नशीलस्य जाग्रतो नैव चार्जुन।।१६।।
युक्ताहारविहारस्य युक्तचेष्टस्य कर्मसु । युक्तस्वप्नावबोधस्य योगो भवति दुःखहा।।१७।।
यदा विनियतं चित्तमात्मन्येवावतिष्ठते। निःस्पृहः सर्वकामेभ्यो युक्त इत्युच्यते तदा।।१८।।
यथा दीपो निवातस्थो नेंगते सोपमा स्मृता। योगिनो यतचित्तस्य युञ्जतो योगमात्मनः।।१९।।
यत्रोपरमते चित्तं निरुद्धं योगसेवया। यत्र चैवात्मनात्मानं पश्यन्नात्मनि तुष्यति।।२०।।
सुखमात्यन्तिकं यत्तद्बुद्धिग्राह्यमतीन्द्रियम्। वेत्ति यत्र न चैवायं स्थितश्चलति तत्त्वतः।।२१।।
यं लब्ध्वा चापरं लाभं मन्यते नाधिकं ततः। यस्मिन्स्थितो न दुःखेन गुरुणापि विचाल्यते।।२२।।
‘तं विद्याद् दुःखसंयोगवियोगं योगसञ्ज्ञितम्। स निश्चयेन योक्तव्यो योगोऽनिर्विण्णचेतसा ।।२३।।

१०

श्लोक अनुवाद : मन व इंद्रिय यांसह शरीरावर नियंत्रण ठेवणाऱ्या निरिच्छ आणि संग्रह न करणाऱ्या योग्याने एकट्यानेच एकांतात बसून आत्म्याला निरंतर परमात्म्यात लावावं।।१०।।

गीतार्थ : प्रस्तुत श्लोकाद्वारे श्रीकृष्ण अर्जुनाला एक प्रकारे ध्यानमार्गाची जणू ओळखच करून देत आहेत. ते सांगतात, शिस्तबद्ध मन आणि इंद्रियं असणाऱ्या, कोणतीही इच्छा-अपेक्षा नसणाऱ्या, तसंच सुखोपभोगाच्या उद्देशाने स्वतःसाठी कोणत्याही गोष्टीचा संग्रह करण्याची सवय नसलेल्या साधकाने सांसारिक कोलाहलापासून दूर राहून एकांतात ध्यानस्थ बसावं. शिवाय, आपल्या अंतरंगात असलेल्या परमात्म्याशी (सेल्फशी) योग साधण्याचा प्रयत्न करावा.

इथे श्रीकृष्णांनी ध्यान करण्याच्या पात्रतेविषयी तीन गोष्टी सांगितल्या आहेत. पहिली- मन आणि इंद्रियांबाबतची शिस्त. दुसरी- इच्छा आणि अपेक्षांचा अभाव. तिसरी- गरजेहून अधिक संग्रह करण्याच्या प्रवृत्तीचा अभाव. या तीन गोष्टी साधल्यानंतरच आपण ध्यान करण्यात पूर्णपणे यशस्वी होऊ शकतो.

याउलट मनुष्याला जेव्हा समजू लागतं, तेव्हापासूनच त्याचं मन आणि इंद्रियं बाह्यविषयांकडे त्याला धाव घ्यायला भाग पाडतात. असं करायला हवं, तसं करायला हवं, हे खायचं आहे, स्वादिष्ट जेवायचं आहे, अमुक ठिकाणी जायचं आहे, हा असं म्हणाला, तो तसं म्हणाला... असाच काहीसा विचार करत आणि त्यासाठीची धडपड करतच मनुष्याचं संपूर्ण आयुष्य व्यतीत होतं. खरंतर इंद्रियांची निर्मिती ही मनुष्याच्या अभिव्यक्तीला पोषक ठरावी यासाठीच झाली होती; परंतु अखेरपर्यंत ती त्याच्याकडून आपली सेवा-शुश्रूषाच करून घेत राहतात.

मनुष्याचं मन म्हणजे एखाद्या बाटलीत बंद असलेल्या राक्षसाप्रमाणेच असतं. गाढ झोपेत असताना हा राक्षस बाटलीच्या आत जातो आणि शांत राहतो. त्यामुळेच गाढ झोपेत आपल्याला विचार सतावत नाहीत. झोप झाल्यावर मात्र हा राक्षस बाटलीच्या बाहेर पडून पुन्हा काही न् काही उपद्व्याप करण्याला प्रारंभ करतो.

अध्याय ६ : १०

लोक जेव्हा आपल्या बेलगाम विचारांमुळे खूपच त्रस्त होतात, तेव्हा ते त्या विचारांना वेगवेगळ्या प्रकारे दूर करण्याचा प्रयत्न करू लागतात. जसं- फोनवरून गप्पा मारणं, दूरदर्शनवरील मालिका पाहणं, स्वादिष्ट पदार्थांचा आस्वाद घेणं... काही लोक तर मद्यपानासारख्या अहितकारक व्यसनांचादेखील आश्रय घेतात. परंतु त्यामुळे कायमस्वरूपी कोणताही लाभ होऊ शकत नाही. आपण जबरदस्तीने या राक्षसाला पुन्हा बाटलीत बंद करू शकत नाही. म्हणून आधी या राक्षसाला त्यासाठी तयार करावं लागेल, त्याला सहजतेने समर्पित व्हायला शिकवावं लागेल. तेव्हाच तो पुन्हा बाटलीत, म्हणजे आपल्या हृदयस्थानी (आपल्यातील 'स्व'चं निवासस्थान) जाऊ शकेल.

साधक जेव्हा सत्याच्या मार्गाने मार्गक्रमण करू लागतो, सत्यसंघात राहून सत्याविषयी श्रवण, मनन, पठन, सेवा, भक्ती करू लागतो, तेव्हा हळूहळू त्याच्या व्यवहारात ज्ञानाचं प्रतिबिंब पडू लागतं, ते ज्ञान त्याच्यात उतरू लागल्याने त्याची इंद्रियं शिस्तबद्ध होऊ लागतात. संग्रह करण्याची प्रवृत्ती आणि इच्छा-आकांक्षांतून हळूहळू त्याला मुक्ती मिळू लागते. जिथे मनाची गोष्ट येते, तिथे त्याला स्वयंशिस्त लावून समर्पित करण्याचा सर्वोत्कृष्ट मार्ग म्हणजे ध्यान (मेडिटेशन) आणि भक्ती! पुढच्या काही श्लोकांद्वारे आपण ध्यानाविषयी समजून घेऊ या.

ध्यानरहस्य

तसं तर ध्यानाचा अर्थ खूपच व्यापक आहे. मात्र, इथे ध्यानाचा अर्थ आहे, आपल्या अस्तित्वाच्या जाणिवेवर (सेल्फवर) स्थापित होणं, स्व-अनुभवात स्थित राहणं म्हणजेच ध्यान होय, जे साध्य करण्यासाठी अनेकानेक विधी (पद्धती) बनविले गेले आहेत. त्याद्वारे मानवी मनावर काम केलं गेलं आहे. परंतु आकलनाचा अभाव असल्याने लोक या ध्यानपद्धतींनाच ध्यान (मेडिटेशन) असं म्हणू लागले.

हे सर्व विधी म्हणजे वास्तवात ध्यानास प्रारंभ करण्याच्या आणि मनाला शिस्तबद्ध करण्याच्या, एकाग्रता वाढविण्याच्या पद्धती आहेत. हल्लीच्या भाषेत जर यांना ध्यान असं म्हटलं गेलं, तर प्रत्यक्ष ध्यानास स्वध्यान असं म्हटलं जाऊ शकतं. अशा प्रकारे ध्यान हा एक मार्ग आहे, ज्यावरून मार्गक्रमण करून स्वध्यानाची उद्दिष्टप्राप्ती केली जाऊ शकते. परंतु आपल्यामध्ये कोणत्याही प्रकारचा संभ्रम निर्माण होऊ नये म्हणून या विधींनाच आपण ध्यान असं म्हणू या.

ध्यान ही एक अशी अवस्था आहे, जिथे आपण काही काळ या मनरूपी राक्षसाला शांत करून, बाह्य विषयोपभोगांपासून दूर हटवून, त्याला आपल्या स्रोतावर पाठवत असतो. ध्यानसाधना करणाऱ्या साधकाने एका निश्चित वेळेवर, नियमितपणे तर ध्यान हे केलंच पाहिजे; परंतु त्याचबरोबर दिवसभरात जेव्हा जेव्हा आपल्या या मनाकडे विशेष असं काही काम नसेल, त्यावेळीही त्याला आपल्या स्रोतावर पाठवायला हवं. अन्यथा म्हणतात ना, 'रिकामं मन हे सैतानाचं घर...' ते आपल्यासाठी काही न् काही उलट-सुलट उपद्व्याप शोधूनच काढतं. म्हणून ध्यानातील लहानसहान गोष्टींनाही सविस्तर समजून घेऊन आपण हा आत्मसंयमयोग साधावा.

११-१३

श्लोक अनुवाद : शुद्ध जमिनीवर क्रमाने दर्भ, मृगाजिन आणि वस्त्र अंथरून तयार केलेलं, असं आपलं आसन स्थिर मांडावं. ते फार उंच तसंच फार सखलही नसावं।।११।।

त्या आसनावर बसून, चित्त व इंद्रिय यांच्यावर नियंत्रण ठेवून, मन एकाग्र करून, अंतःकरणाच्या शुद्धीसाठी योगाभ्यास करावा।।१२।।

शरीर, डोकं आणि मान सरळ रेषेत अचल ठेवून स्थिर व्हावं. अन्य दिशांकडे न पाहता आपल्या नाकाच्या शेंड्यावर दृष्टी ठेवावी।।१३।।

अध्याय ६ : ११-१३

गीतार्थ : प्रस्तुत श्लोकांमध्ये श्रीकृष्ण ध्यानात बसण्याच्या पूर्वतयारीविषयी सांगत आहेत. ध्यानाच्या सुरुवातीच्या काळात काही गोष्टींचं भान राखणं आवश्यक ठरतं. जसं- वेळ, स्थान, आसन, शारीरिक स्थिती, मानसिक स्थिती, मुद्रा इत्यादी. म्हणून श्रीकृष्ण अर्जुनाला ध्यानात बसण्याची पद्धत समजावून सांगताना म्हणतात, 'ध्यानाकरिता शुद्ध वातावरणात बसायला हवं. ध्यानात बसण्याची जागा स्वच्छ, समतल आणि हवेशीर असायला हवी. तिथे कोलाहल असू नये. ध्यानात बसताना आरामदायक वाटतील असे सैलसर कपडे परिधान करायला हवेत. कांबळे, घोंगडे, गोधडी यासारखं आसन अंथरायला हवं. ध्यानात बसताना आपलं शरीर, म्हणजे मेरूदंड (पाठीचा कणा, कंबर), डोकं आणि मान एका सरळ रेषेत, अचल आणि तणावरहित असायला हवं.'

ध्यानात बसताना आपल्या पायांची घडी घालावी. सुखासन, पद्मासन, वज्रासन... ज्या कोणत्या आसनात आपलं शरीर अधिक काळ आरामात बसू शकेल, त्या आसनाची आपण निवड करावी. आपण ध्यानात बसणार आहोत, असा आपल्या शरीराला संकेत मिळावा म्हणून आपले हातही एखाद्या विशिष्ट मुद्रेत ठेवू शकता. जसं- ज्ञानमुद्रा, बुद्धांची ध्यानमुद्रा, ग्रहणशील मुद्रा (हात गुढघ्यांवर वरच्या दिशेने उघडून ठेवणे) इत्यादी.

ध्यानासाठी कोणतीही निश्चित अशी वेळ नसते, ते कोणत्याही वेळी करता येतं. पण, पहाटे झोपेतून उठल्यानंतर केलं गेलेलं ध्यान हे सर्वाधिक सहज आणि सर्वोत्तम असतं. कारण प्रभातकाळी आपलं शरीर आणि मन दोन्ही शांत, प्रसन्न आणि उत्साही असतं. पहाटे केलेल्या ध्यानाने संपूर्ण दिवसभर आपण ऊर्जा आणि सकारात्मकतेनं भरून जातो.

आणखी एक गोष्ट आहे, जी श्रीकृष्णांनी अर्जुनाला सांगितली नव्हती. कारण त्या काळी त्याची तितकीशी आवश्यकताही भासली नव्हती. मात्र सध्याच्या परिस्थितीत साधकांना ती सांगणं अत्यंत आवश्यक आहे. ती

गोष्ट म्हणजे, ध्यानात बसताना मोबाईल स्वीच ऑफ करावा, किंवा सायलेंट मोडवर तरी नक्कीच ठेवावा. ही गोष्ट कदापि विसरू नये. कारण हल्ली ध्यानात सगळ्यात मोठं विघ्न म्हणजे मोबाईल हेच आहे.

श्रीकृष्ण पुढे सांगतात, आपल्या नाकाच्या अग्रभागावर (शेंड्यावर) नजर एकाग्र करून अन्यत्र कोठेही न पाहता आपल्या श्वासोच्छ्वासावर ध्यान केंद्रित करावं. खरंतर हीदेखील एक ध्यानपद्धतीच आहे. शिवाय, आपण आपल्या आकलनानुसार आणि सोयीसुविधांनुसार अन्य कोणत्याही ध्यानपद्धतीची निवड करू शकता.

१४-१५

श्लोक अनुवाद : ब्रह्मचर्यव्रतात स्थित, निर्भय, तसेच अत्यंत शांत अंतःकरण असणाऱ्या सावध योग्याने मनावर नियंत्रण ठेवून, मन एकाग्र करून चित्त माझ्या ठिकाणी लावावे व माझ्याच आश्रयाने राहावे।।१४।।

मन ताब्यात असलेला योगी अशा प्रकारे चित्ताला नेहमी मज परमेश्वर स्वरूपात लावून माझ्यात असणारी परमानंदाची पराकाष्ठारूप अशी शांती प्राप्त करतो।।१५।।

गीतार्थ : इथे श्रीकृष्ण अर्जुनाला अशा चार गुणांविषयी सांगत आहेत, ज्यांनी युक्त असलेला साधक ध्यानात (सेल्फमध्ये) योग्यप्रकारे स्थित होऊन परम आनंद, मौन आणि शांती प्राप्त करतो.

या चार गुणांमध्ये प्रथम आहे - **भयमुक्ती,** म्हणजेच मनात कोणत्याही गोष्टीबद्दल, कोणत्याही प्रकारची भीती अथवा असुरक्षिततेची भावना नसणे. ईश्वराप्रति संपूर्ण समर्पित झाल्यानेच भयमुक्ती प्राप्त होते. असा साधक नेहमी विचार करतो, 'ईश्वर माझी खूपच काळजी घेत असतो. शिवाय तोच माझा रक्षक असल्याने आता मला कोणत्याही प्रकारची भीती बाळगण्याची काही आवश्यकताच नाही.'

दुसरा गुण आहे - **शांतचित्त**. आपला सर्व भार ईश्वरचरणी सोपवून, ईश्वरालाच कर्ता मानून जीवन जगणाऱ्या साधकाचं अंतःकरण नेहमी शांतच असतं. कारण तिथे काहीही मिळवण्याची, तसंच काही हरविण्याची भीतीसुद्धा राहिलेली नसते.

तिसरा गुण आहे - **संयमी, शिस्तबद्ध मन**. मनाची उलथापालथ आणि त्याच्यात चालणाऱ्या घडामोडींकडे साक्षीभावाने पाहत राहिल्यास, ते शिस्तबद्ध, संयमी होऊ लागतं.

चौथा गुण आहे - **ब्रह्मचर्य व्रत**. इथे आधी आपण 'ब्रह्मचर्य' अथवा 'ब्रह्मचारी' या शब्दाचा अर्थ समजून घेणं अत्यंत गरजेचं आहे. सर्वसाधारणतः ज्यांनी संसारातून निवृत्ती घेतली आहे, संन्यास घेतलाय, अथवा जे अविवाहित आहेत, अशांना ब्रह्मचारी असं म्हटलं जातं. मात्र या श्लोकातील श्रीकृष्णांच्या उपदेशाचा मथितार्थ असा नाही, की ज्यांनी लग्नच केलं नसेल, अथवा युवासंबंधांचा, शरीरसंबंधांचा त्याग केलेला असेल, त्यांनाच ध्यानसाधना करून ईश्वरप्राप्ती करता येऊ शकेल. इथे 'ब्रह्मचर्य' या शब्दाचा अर्थ खूपच व्यापक असा आहे.

दोन शब्दांच्या संधीने हा शब्द बनलेला आहे - 'ब्रह्म + चर'. 'ब्रह्म' याचा अर्थ होतो- सेल्फ, स्व-अनुभव आणि 'चर' याचा अर्थ आहे- विचरण करणारा. म्हणजेच तसंच आचरण, वर्तन करणारा. जो नित्य स्व-अनुभवातच राहत असेल, **ज्याची दिनचर्याच ब्रह्मचर्य असेल,** ज्याचं मन नेहमी मायेपासून दूर असेल, तोच खऱ्या अर्थाने 'ब्रह्मचारी' होय. अशा प्रकारे ब्रह्मचर्य ही एक मानसिक अवस्था आहे, शरीराशी तिचा काहीही संबंध नाही. समजा, एखादी व्यक्ती जर अविवाहित असेल, ती सदैव स्त्रियांपासून दूरच राहत असेल तर; ती सत्य-साधक नव्हे. कारण तिच्यात पद-प्रतिष्ठेचा हव्यास, अहंकार, क्रोध इत्यादी विकारांचा, वासनांचा सामावेश असतो. ती शरीरालाच 'मी' समजून तिच्या कल्पनाविश्वातच जगत असते, मग ती व्यक्ती ब्रह्मचारी कशी असू शकेल बरं! मात्र दुसरीकडे एक भक्त आहे, आणि

तो विवाहित आहे. त्याचं आपल्या पत्नीवर प्रेम आहे. दोघं मिळून सर्व प्रापंचिक जबाबदाऱ्या उत्तमप्रकारे पार पाडतात; मात्र त्यात ते जराही आसक्त होत नाहीत. ते मोहमायेपासून अलिप्त असतात. त्यांच्यामध्ये काम, क्रोध, लोभ, मोह, माया, वासना अशा दुर्गुणांचा अभाव आहे. ते अहंकाररहित आणि स्व-अनुभवावर स्थापित आहेत. म्हणजेच 'स्व'रूपात विचरण करणारे आहेत. तर मग त्यांनाही ब्रह्मचारी असंच म्हणता येऊ शकणार नाही का? कबीरदेखील असेच एक विवाहित ब्रह्मचारी होते.

अशा प्रकारे श्रीकृष्णांद्वारे सांगितलेल्या चार गुणांचा अवलंब करून, साधक ईश्वरचरणी लीन होऊन, परमानंद आणि शांती प्राप्त करतो.

१६-१७

श्लोक अनुवाद : हे अर्जुना, जो अत्याधिक किंवा अत्यंत अल्प खातो, जो पुरेशी झोप घेत नाही किंवा अतिशय झोपतो, त्याची योगी होण्याची शक्यता कदापि नसते.॥१६॥

जो मनुष्य आपल्या आहार-विहार, निद्रा, करमणूक किंवा कर्म करण्याच्या सवयीत नियमित असतो, तो योगाभ्यासाद्वारे सर्व सांसारिक दुःखांचे निदान करू शकतो.॥१७॥

गीतार्थ : या श्लोकांद्वारे श्रीकृष्ण अर्जुनाला ध्यान आणि वास्तविक योग साधण्यासाठी पथ्यापथ्य (काय करावं आणि काय करू नये याविषयी) सांगत आहेत, जेणेकरून ध्यान, योगाच्या मुमुक्षू (जिज्ञासू) साधकाला त्यात यशस्वी होता यावं. ते सांगतात, ध्यानसाधनेकरिता कोणत्याही प्रकारची अतिशयोक्ती योग्य नव्हे. साधकाची संतुलित दिनचर्या, पुरेशी निद्रा, आहार-विहारदेखील संतुलित असावा. श्रीकृष्णांच्या उपदेशानुसार ध्यानसाधना करणाऱ्या साधकाने खाली दिलेल्या गोष्टी नेहमी लक्षात ठेवायला हव्यात.

१. भोजन हे नेहमी सात्त्विक असावं, ज्याचं सहजपणे पचन होऊन ते स्वास्थ्यवर्धकदेखील असावं. अन्न तितकंच ग्रहण करावं, जितकं

अध्याय ६ : १८-१९

शरीर पोषणासाठी आवश्यक आहे. पोटाला जास्त रिकामंही ठेवू नये आणि गरजेहून अधिक भरूही नये. म्हणजेच उपाशीही राहू नये आणि यथेच्छ ताव मारू नये. गरजेहून जास्त भोजन केल्यास आळस आणि झोप येते. शिवाय उपाशीपोटी साधना केल्याने त्यात मन लागत नाही. म्हणून संतुलित सुपाच्य म्हणजे पचनाला हलका असाच आहार घ्यायला हवा.

२. झोपही संतुलित असायला हवी. सात-आठ तास झोप घेणं हे पुरेसं आहे. पण गरजेहून जास्त झोपल्यानेसुद्धा दिवसभर आळस जाणवत राहतो. शिवाय पुरेशी झोप झाली नाही तरीही थकवा जाणवत राहतो. त्यामुळे साधक योग्य प्रकारे ध्यानस्थ होऊ शकत नाही. ध्यानाच्या प्रयत्नात त्याला झोप येऊ लागते. जे लोक पुरेशी झोप घेत नाहीत, ते ध्यानात बसताच झोपी जातात.

३. त्याचप्रमाणे आपले दिवसभरातील सर्व व्यवहार, दैनंदिन कामकाजही संतुलित असायला हवं. जास्त धावपळ आणि ताणतणावही असू नयेत किंवा एकदम रिकामंही बसू नये. किरकोळ, अनावश्यक कामांपासून स्वतःला दूर ठेवायला हवं. आवश्यक कामं करतानाही कर्मयोगाची समज बाळगून आपल्यातील काही क्षमता, ऊर्जा ध्यानसाधनेसाठी वाचवून ठेवा.

ध्यानाकरिता कोणी गुरू अथवा योग्य असे शिक्षक असतील, तर ते उत्तमच आहे. कारण त्यांच्याकडे आपण आपल्यातील जिज्ञासा आणि आपले अनुभव व्यक्त करू शकतो. शिवाय, आपल्याला ते योग्य मार्गदर्शनही करू शकतात.

१८-१९

श्लोक अनुवाद : पूर्ण नियंत्रणात असलेलं चित्त जेव्हा परमात्म्यात संपूर्णपणे स्थित होतं, तेव्हा सर्व भौतिक आकांक्षांपासून मुक्त झालेला पुरुष अध्यात्मात

स्थिर होतो आणि मगच तो योग्य प्रकारे योगयुक्त होतो.।।१८।।

ज्याप्रमाणे वारा नसलेल्या ठिकाणी दिव्याची ज्योत संथपणे तेवत राहते त्याप्रमाणे संयमित मनाचा योगीही ध्यानात सदैव स्थिर राहतो.।।१९।।

गीतार्थ : इथे श्रीकृष्ण ध्यानमग्न योग्याची तुलना अशा दीपज्योतीशी करत आहेत, जी वाऱ्याच्या अभावामुळे स्थिर राहून प्रकाशमान असते. जगरहाटीमुळे मनुष्यावर मोह मायेचा लेप चढत जातो. त्यामुळे ध्यान हेदेखील एकप्रकारे स्नानासारखंच आहे. जेणेकरून हा मायारूपी लेप धुतला जाऊन त्या आवरणाखाली दडलेलं सत्य प्रकाशमान होतं.

अशी स्थिती केवळ कोणत्या तरी एकाच पद्धतीने ध्यान अथवा भक्ती करत राहिल्यामुळे प्राप्त होत नाही. यासाठी समज असणं अत्यंत आवश्यक आहे. त्यासाठी ध्यानाची समज, भक्तीची समज, सत्याच्या ज्ञानाविषयीची समज, माया आणि मायेपासून निर्माण होणारी बंधनं, विकार यांची समज, मन आणि इंद्रियांबाबतची समज अत्यावश्यक आहे. या समजेचा मननाद्वारे जीवनात अवलंब करून, प्रापंचिक मोहांचा त्याग करून, भक्तिभावाने ईश्वराला पूर्णपणे समर्पित होऊन, कोणत्याही फळाच्या अपेक्षेशिवाय जेव्हा ध्यान केलं जातं, तेव्हा ते फलित होतं. अशा ध्यानाद्वारे तो स्वयंभू ईश्वर प्रकाशमान होतो. यालाच खऱ्या अर्थाने योग असं म्हटलं जातं.

२०-२१

श्लोक अनुवाद : योगाभ्यासाद्वारे मनुष्याचं मन जेव्हा सांसारिक, मानसिक क्रियांपासून पूर्णपणे संयमित होतं, तेव्हा त्या अवस्थेला परिपूर्ण समाधी असं म्हटलं जातं. जेणेकरून मनुष्य विशुद्ध मनाद्वारे सेल्फचं अवलोकन करून संतुष्ट होतो, आनंद प्राप्त करतो.।।२०।।

मग त्या आनंदमय अवस्थेत दिव्य इंद्रियांद्वारे साक्षात्कार झालेल्या अमर्याद दिव्यसुखांमध्ये मनुष्य स्थित होतो. त्यानंतर तो कधीही विचलित होत नाही.।।२१।।

अध्याय ६ : २२-२३

गीतार्थ : श्रीकृष्ण अर्जुनासमोर ध्यानाच्या त्या सर्वोच्च अवस्थेचं वर्णन करत आहेत, जिथे ध्यानकर्ता (स्वतंत्र व्यक्ती) विलीन होतो आणि आपल्या अस्तित्वाची अनुभूती प्राप्त करतो. अशा अवस्थेत भक्त आणि भगवंत हे दोन वेगळे राहत नाहीत, तर ते एकाकार होऊन जातात. 'मी तोच आहे, अहम् ब्रह्मास्मी, सोहम्' असे भाव याच अवस्थेत प्रकटू लागतात.

हे तसंच आहे, जसं सोन्याचा एक अलंकार स्वतःला सोनं नव्हे, तर बांगडी समजतो आणि इतर अलंकारांपासून म्हणजे माळ, हार, अंगठी इत्यादींपासून स्वतःला वेगळं मानू लागतो. अशा स्थितीत त्याला ही जाणीव व्हायला हवी, की तो बांगडी नसून सोनं आहे आणि इतर अलंकारदेखील माळ, हार, अंगठी नाहीत, तर तेही सोनंच आहेत. त्यांच्यात आणि माझ्यात काहीही फरक नाही, आम्ही सगळे एकच आहोत...

मात्र ही अवस्था मन, बुद्धी आणि इंद्रियांपलीकडील आहे. म्हणून या अवस्थेला बुद्धीद्वारे समजून घेता येत नाही. जेव्हा मन न-मन (निवृत्त) होऊन शांत होतं, बुद्धी आपल्या ज्ञानाच्या अहंकाराचा त्याग करते, तेव्हा त्यामागे दडलेलं सत्य प्रकाशमान होऊ लागतं.

२२-२३

श्लोक अनुवाद : परमात्म्याच्या प्राप्तीचा लाभ झाल्याने आता तो याहून अधिक कोणता लाभ असेल असं तो मानत नाही; आणि परमात्मप्राप्तिरूप अवस्थेत असलेला योगी फार मोठ्या दुःखानेही विचलित होत नाही ।।२२।।

जो दुःखरूप संसाराच्या संयोगाने रहित आहे, तसंच ज्याचं नाव योग आहे, तो जाणायला हवा. शिवाय तो योग न कंटाळता, धैर्य, उत्साहयुक्त चित्ताने आणि निश्चयपूर्वक करायला हवा ।।२३।।

गीतार्थ : एखादा मनुष्य कोट्यधीश असेल, तर त्याला कोणी दहा रुपयांचं आमिष दाखवू शकतं का...? एखादा मनुष्य संपूर्ण महासागराचा स्वामी

अध्याय ६ : २२-२३

असेल, तर त्याला कोणी तांब्याभर पाण्याचं प्रलोभन देऊ शकतं का? नाही! तसंच ज्याने स्वतःला जाणलं, त्याच्यासाठी इतर काही जाणून घेणं शिल्लकच राहत नाही. ज्याने परमानंदाची प्राप्ती केली, तो छोट्या-मोठ्या प्रापंचिक सुखांच्या मागे धावपळ करत नाही. म्हणून श्रीकृष्ण म्हणतात- परमात्माप्राप्तीचा लाभ झाल्यानंतर मनुष्य इतर कोणत्याही गोष्टीची अपेक्षा करत नाही. कारण इतर सारे लाभ या महालाभाच्या तुलनेत अगदी तुच्छ आहेत.

ते पुढे सांगतात- वास्तविक योग अशी स्थिती आहे, ज्यात स्थापित झालेला मनुष्य मोठ्यातील मोठं दुःखसुद्धा सहजपणे, हसत-हसत पचवतो, सहन करतो. याबाबतचं सर्वांत मोठं उदाहरण येशू ख्रिस्तांचं आहे. त्यांच्या त्या अवस्थेचा जरा विचार करा, जेव्हा त्यांच्या शरीराला खिळ्यांनी ठोकून सुळावर लटकावलं जात होतं. तेव्हा त्यांना असहनीय, अमानवी वेदना दिल्या जात होत्या, तरीही त्यांचं मन त्यावेळी शांत होतं. ते ईश्वराकडे प्रार्थना करत होते, 'हे प्रभो, मला यातना देणाऱ्या या लोकांना क्षमा कर, कारण ते अज्ञानात आहेत. ते काय करत आहेत, हे त्यांचं त्यांनाच कळत नाही.' विचार करा, एक सर्वसामान्य मनुष्य असं करू शकेल का? नाही! असं तर केवळ ईश्वराशी योग साधलेले येशू, मीरा, मन्सूर यांच्यासारखे संतच करू शकतात.

पुढे श्रीकृष्ण ध्यानात उत्साह आणि सातत्य ठेवण्याविषयी सांगत आहेत. ध्यानाचे मुख्यतः चार शत्रू पुढीलप्रमाणे आहेत- निराशा, आशंका, नकारात्मक विचार आणि आळस. साधकाने या चार शत्रूंपासून सदैव सावध राहायला हवं. जेव्हा ध्यानसाधना कोणत्याही अपेक्षापूर्तीसाठी केली जाते, तेव्हा मन वेळोवेळी काही परिणाम झाला, की नाही हे सतत तपासून पाहत असतं. मनाला काही प्राप्ती झाली नाही, तर ते निराश होऊन जातं. परिणामी, ध्यानाने काही होतं का... की काहीच होत नाही... मी योग्य तेच करतो आहे की नाही... अशा शंका-कुशंकांनी ते त्रस्त होतं.

अध्याय ६ : २२-२३

त्याचबरोबर सुरुवातीच्या काळात ध्यानात बसल्यानंतर नाना तऱ्हेच्या विचारांचा जबरदस्त हल्ला होत राहतो. मायेचे (नकारात्मक) विचार सतत आक्रमण करत राहतात. परंतु त्यांकडे लक्ष देण्याऐवजी, त्यांना साक्षीभावाने, तटस्थपणे पाहून, ते जसे आलेत तसेच त्यांना परत जाऊ द्यायला हवं. अन्यथा त्या विचारांशी आपण जितकं आसक्त व्हाल, तितकेच ते आपल्याशी अधिकाधिक संलग्न होतील. मग आपण म्हणाल, 'मी ध्यानात बसणार नाही, कारण त्यामुळे माझ्यातील नकारात्मकता आणखी वाढतेय.' अशा प्रकारे नकारात्मक विचार, निराशा आणि शंका-कुशंका निर्माण होऊ लागल्यास ध्यानाबाबत कंटाळा येतो आणि मग मनुष्य त्याची टाळाटाळ करू लागतो.

याव्यतिरिक्त आळस हासुद्धा ध्यानसाधनेचा खूप मोठा शत्रू आहे. आळसामुळे आपण ध्यानात बसण्याचं टाळू लागतो, अथवा बसलो तरीही आपल्याला झोप येऊ लागते. अशा ध्यानाने कोणताही लाभ मिळू शकत नाही.

मात्र, श्रीकृष्ण ध्यान हे एकप्रकारचं कर्तव्यच समजून कोणत्याही परिस्थितीत नियमितपणे, सातत्याने करण्याविषयी सांगत आहेत. काहीही होवो, एका ठरावीक वेळी ध्यानस्थ बसण्याचा संकल्प घेऊन त्याची अंमलबजावणी व्हायलाच हवी. त्यामुळे हळूहळू आपलं मन आणि शरीराला सहजतेनं ध्यान करण्याची सवय लागून ते शिस्तबद्ध होत जातं.

● मनन प्रश्न :

१. आपण जेव्हा ध्यानस्थ बसतो, तेव्हा कोणती इंद्रियं आपल्याला त्यापासून विचलित करतात, यावर मनन करा. अथवा असे कोणते विचार आहेत, जे आपल्याला ध्यानात एकाग्रता साधू देत नाहीत? अशा विचारांना साक्षीभावाने पाहून त्यांचा त्याग करा.

भाग ४
आत्मसंयमाची युक्ती
॥ २४-२८ ॥

अध्याय ६

स्ङ्कल्पप्रभवान्कामांस्त्यक्त्वा सर्वानशेषतः। मनसैवेन्द्रियग्रामं विनियम्य समन्ततः।।२४।।

शनैः शनैरुपरमेद्बुद्धया धृतिगृहीतया। आत्मसंस्थं मनः कृत्वा न किंचिदपि चिन्तयेत्।।२५।।

यतो यतो निश्चरति मनश्चञ्चलमस्थिरम्। ततस्ततो नियम्यैतदात्मन्येव वशं नयेत।।२६।।

प्रशान्तमनसं ह्येनं योगिनं सुखमुत्तमम्। उपैति शांतरजसं ब्रह्मभूतमकल्मषम्।।२७।।

युञ्जन्नेवं सदात्मानं योगी विगतकल्मषः। सुखेन ब्रह्मसंस्पर्शमत्यन्तं सुखमश्नुते।।२८।।

२४-२५

श्लोक अनुवाद : मनुष्याने दृढनिश्चयपूर्वक आणि श्रद्धायुक्त होऊन योगाभ्यास करायला हवा. त्यावेळी त्याने जराही विचलित होता कामा नये. मानसिक तर्कामुळे उत्पन्न झालेल्या सर्व भौतिक कामनांचा पूर्णतः त्याग करून मनाद्वारे सर्व इंद्रियांना संयमित केलं पाहिजे॥२४॥

मग क्रमाक्रमाने दृढविश्वासाने युक्त बुद्धीद्वारे मनाला परमात्म्यात स्थिर करून इतर कशाचाही विचार करू नये॥२५॥

गीतार्थ : ध्यान करणाऱ्या मनुष्याची स्थिती कशी असायला हवी, हे श्रीकृष्ण प्रस्तुतच्या श्लोकांद्वारे सांगत आहेत. सर्वप्रथम संकल्पाद्वारे निर्माण होणाऱ्या सर्व इच्छा-आकांक्षांचा पूर्णपणे त्याग करावा. म्हणजेच अशा इच्छा-अपेक्षांबाबत कोणताही हव्यास अथवा आसक्ती असू नये. त्यांच्याशी 'मी, माझं, मला...' यांसारख्या व्यक्तिगत भावना संलग्न नसाव्यात. उदाहरणार्थ - एखाद्या ध्यानसाधना करणाऱ्या साधकाने जर विचार केला, 'मला केवळ ध्यानस्थ बसायचं आहे, मग पुढे जशी ईश्वराची इच्छा,' तर यात वाईट असं काहीही नाही; पण 'मी साधक आहे, ध्यानाद्वारे मी हा अनुभव प्राप्त करेन,' असा अहंकार बाळगून जर तो ध्यान करू लागला, तर ते मात्र चुकीचं ठरेल, असं श्रीकृष्ण सांगत आहेत.

स्वतःला विधात्याच्या खेळातलं एक पात्र समजून सर्व काही, इतकंच काय, ध्यानाद्वारे साधला जाणारा परिणामही त्याच्यावरच सोपवून, केवळ साक्षीभावाने केलेलं ध्यानच खऱ्या अर्थाने स्वध्यानाकडे (स्व-अनुभवाकडे) घेऊन जातं. इच्छापूर्तीसाठी केलेलं ध्यान, हे खरंतर ध्यान नव्हेच. असं ध्यान केवळ साधकाचा अहंकारच वाढवत राहतं.

ध्यान यशस्वी होण्यासाठी मन आणि इंद्रियं शिस्तबद्ध असणं आवश्यक आहे. त्यांना असं प्रशिक्षण मिळायला हवं, की ते मोहमायेत भरकटूच नयेत. डोळे आणि कान, ही अशी दोन इंद्रियं आहेत, ज्यांच्यामुळे मनुष्य सर्वाधिक मायेत गुंतला जातो. ही दोन इंद्रियं सकाळी उठल्यापासून रात्री झोपेपर्यंत आपलं ध्यान

अध्याय ६ : २६-२८

विचलित करतात. त्यांना असं प्रशिक्षण मिळायला हवं, ज्या योगे ती जे काही ऐकतील, पाहतील, ते आधी आपली परवानगी घेऊनच. त्यासाठी मनात सतत सत्याचे विचार असावेत. आपल्या इंद्रियांनी केवळ सत्यच ग्रहण करावं. बुद्धीने माया आणि सत्य यांतून सत्याचीच निवड करावी. आपलं ध्यान हे जर मोहमायेत गुरफटत असेल, तर त्याला सांगावं, 'अरे, तुझं ध्यान कुठं आहे? चल, पुन्हा आपल्या अंतरंगात ये.' अशा प्रकारे ध्यानाबाबतची दक्षता काळजीपूर्वक बाळगायला हवी.

अशा प्रकारे आपलं मन, इंद्रियं आणि बुद्धी हळूहळू समर्पित होऊन, ईश्वराची शस्त्रं बनू लागतील. मग ती आपल्या ध्यानसाधनेत, तसंच सत्याच्या अभिव्यक्तीतही साहाय्यक ठरू लागतील.

२६-२८

श्लोक अनुवाद : आपल्या चंचल आणि अस्थिर स्वभावामुळे स्थिर न राहणारं मन जेथे-जेथे भरकटेल तेथून मनुष्याने ते दूर करून परमात्म्यात स्थिर करावे ।।२६।।

ज्या योगी मनुष्याचं मन माझ्यावर स्थिर झालं आहे, त्याला निश्चितच दिव्यसुखाची परावधी प्राप्त होते. तो रजोगुणाच्या पलीकडे जातो, त्याला ब्रह्माशी असलेल्या गुणात्मक स्वरूपाचा साक्षात्कार होतो. याप्रमाणे तो पूर्व कर्मफलांपासून मुक्त होतो ।।२७।।

याप्रमाणे योगाभ्यासामध्ये निरंतरयुक्त असलेला योगी सर्व भौतिक दोषातून मुक्त होतो आणि भगवंतांच्या दिव्य प्रेममय सेवेमध्ये, परिपूर्ण सुखाच्या परमोच्च अवस्थेची प्राप्ती करतो ।।२८।।

गीतार्थ : मानवी मन हे एखाद्या मर्कटासारखंच असतं. इंद्रियं त्याचं लक्ष जिकडे वळवतात, त्याच्याविषयीच ते विचार करत बसतं. म्हणजे सतत नवनव्या विचारांची निर्मिती करून ते स्वतःदेखील या कल्पनांच्या भोवऱ्यात

अध्याय ६ : २६-२८

गटांगळ्या खात राहतं. कधी भूतकाळातील आठवणींत रमतं, तर कधी भविष्याच्या कल्पना रंगवण्यात दंग होऊन जातं. अशा चंचल मनाने ध्यानसाधना होऊच शकत नाही. त्यामुळे अशा मनाला वेळोवेळी आवर घालून, परमात्म्यात स्थिर करून शांत करावं.

एखादा रजोगुणी मनुष्य सातत्याने कामाकाजाविषयीच विचार करत राहतो. एक काम संपवलं नाही, की लगेच दुसऱ्या कामाचं नियोजन करू लागतो. रजोगुणी मनुष्याचं मन त्याला ध्यानस्थ बसूच देत नाही. ध्यान करत असतानाच त्याला सर्वाधिक कामं आठवू लागतात. 'माझ्यासाठी तर कर्म हीच पूजा आहे,' असं त्याला वाटतं. हे विचार खरंतर रजोगुणी मनाचीच निर्मिती आहे. असं मन ध्यानात बसणं म्हणजे वेळ व्यर्थ घालवणं, असं समजतं.

अशा मनावर नियंत्रण मिळवण्यासाठी सगळ्यात महत्त्वाचं आहे, ते म्हणजे योग्याने (साधकाने) त्याच्यावर सावधपणे तीक्ष्ण नजर ठेवायला हवी. मन जरा कुठे इकडे-तिकडे भरकटू लागलं, की लगेच आपल्या लक्षात यायला हवं, त्यावर नियंत्रण ठेवता यावं, लगाम घालता यावा. शिवाय त्याला म्हणता यावं, 'बघ... तुझं ध्यान कुठं आहे?' अशा प्रकारे मनाला योग्य दिशा आणि वेळोवेळी सत्यविषयक विचार देऊन त्याला शांत आणि निर्मळ बनवायला हवं. यासाठी त्याला काही सकारात्मक आत्मसूचनादेखील दिल्या जाऊ शकतात. ते जर भरकटू लागलं, तर त्याला आपल्या मूळ उद्दिष्टाची जाणीवदेखील करून दिली जाऊ शकते. शांत, निर्मळ, शुद्ध मनाने साधक जेव्हा परमात्म्याचं ध्यान करतो, तेव्हा त्याला सेल्फचा अनुभव (स्व-अनुभव) आणि आनंदाची प्राप्ती शीघ्रगतीने होऊ लागते.

इथे मनाला न-मन (निवृत्त, शून्य) करण्यासाठी एक ध्यानपद्धती सांगितली जात आहे, जिचा आपण लाभ घेऊ शकता.

| अध्याय ६ : २६-२८ |

निर्विचार ध्यान

१. ध्यानात बसण्याआधी नियोजित वेळेचा अलार्म लावून ठेवा. त्यानंतर ध्यानासाठी निवडलेल्या आसन आणि मुद्रेत डोळे मिटून बसा.

२. 'यावेळी मी रिक्त होण्यासाठी ध्यानात बसलो आहे/ बसले आहे,' अशी ध्याना दरम्यान आपल्या मनाला सूचना द्या.

३. यावेळी आपण आपल्या मूळ अवस्थेत बसलो आहोत, जिथे आपल्या ध्यानात ही समज अगदी प्रखर आहे, की मी म्हणजे हे शरीर नाही. आपण जर शरीर नाही, तर मग जे आहे, ते काय आहे? ती कोणती अवस्था आहे? त्या अवस्थेत कोणकोणते आयाम (निष्कर्ष) दिसतात. निर्विचार आयाम, जिथे समजू शकतं, की विचार आपल्याला स्फुरत नाहीत, तर विचार त्या यंत्राला स्फुरत आहेत, ज्याच्यासमोर आपण बसलेलो आहोत. हीच समज बाळगून ध्यानाच्या सखोलतेत जाऊया.

४. ध्यानात आपल्या विचारांकडे साक्षीभावाने पाहत स्वतःला सांगा, 'मी तर निर्विचार अवस्था आहे. शरीराद्वारे जे विचार सुरू आहेत, ते माझ्यासमोर आहेत. त्यांच्यामुळेच मला माझ्या अस्तित्वाची जाणीव होत आहे.'

५. या समजेनंतर शरीरात निर्माण होणाऱ्या विचारांकडे पाहा, 'खरोखरच हे विचार सुरू आहेत, की मला फक्त तसा भास होत आहे?' जसं- दोन झाडांदरम्यान एखादी आकृती तयार होत असते, तर मग ती आकृती खरोखरच असते, की आपल्याला केवळ तसा भास होत असतो? ही समज बाळगून ध्यानात बसा आणि जे विचार येतील, त्यांना साक्षीभावाने जाणत राहा. ध्यानादरम्यान जर आपल्याला ऑफिसमधील विचार आले तर म्हणा, 'ऑफिसातील कामाचे

विचार चाललेत असं मला केवळ वाटतंय... पण मी म्हणजे हे विचार नाही, मी तर केवळ त्यांना जाणणारा आहे.'

६. ध्यानामध्ये पुढे स्वतःला सांगा, 'यावेळी मला अमुक एका व्यक्तीचे विचार येत आहेत, जे वास्तवात नाहीतच. हे विचार केवळ भासत आहेत, त्यांची जाणीव होत आहे, त्या व्यक्तीचा चेहरासुद्धा दिसू लागला आहे. परंतु वास्तविक हे विचार नाहीत, फक्त तसं वाटतंय.' मी तर निर्विचार अवस्था आहे.

७. अशा प्रकारे निर्विचार अवस्थेत बसून राहा आणि येणाऱ्या प्रत्येक विचारावर स्वतःला जाणीव करून द्या, 'विचार येत आहेत, असं वाटतं; परंतु मुळात विचार नाहीतच.' मला वाटतंय, की भूतकाळ अथवा भविष्यकाळाविषयीचे विचार सुरू आहेत; परंतु तसं नाही. हे विचार अस्तित्वातच नाहीत, ही वस्तुस्थिती आहे. आपण आधीपासूनच निर्विचार अवस्थेत आहोत. जसं– वाळवंटात मृगजळ दिसतं, परंतु प्रत्यक्षात तिथे पाणी नसतं. ही समज प्राप्त झाल्यास, आपली धावपळ संपुष्टात येते. त्याचप्रमाणे जे विचार सुरू आहेत, ते अस्तित्वातच नाहीत, ही समज जेव्हा प्राप्त होते, तेव्हा त्या विचारांमुळे जाणवणाऱ्या त्रासाचा अंत होतो.

८. नैराश्यजन्य भावना दाटू लागतील, तेव्हा स्वतःला सांगा, 'मला निराशा जाणवत आहे, परंतु प्रत्यक्षात तसं नाहीए.'... 'झोप येतेय असं वाटतंय, परंतु तसं नाहीए.'

९. निर्विचार ध्यान सुरूच राहू द्या. शरीरात कुठे वेदना जाणवत असतील, तर स्वतःला सांगा, 'या वेदनेचं दुःख जरी जाणवत असलं, तरी ते प्रत्यक्षात नाहीए.'

१०. समजा, मनात एखादा प्रश्न निर्माण झाला, 'असं केल्याने काय लाभ होणार आहे?' तर स्वतःला आठवण करून द्या, 'मला असं

अध्याय ६ : २६-२८

वाटलं, प्रश्न निर्माण झालंय, परंतु प्रत्यक्षात कोणताच प्रश्न नाहीए.' प्रत्येक प्रश्नापासून आपण मुक्त आहोत, शिवाय स्वतःच त्याचं उत्तर आहोत... कारण निर्विचार अवस्था हीच याच उत्तर आहे. अशाप्रकारे हे ध्यान काहीवेळ सुरू राहूद्या, त्यानंतरच आपले डोळे उघडा.

या ध्यानाच्या माध्यमातून आपण निर्विचार अवस्थेत राहायला शिकलो. आता जेव्हा केव्हा आपल्या मनात विचारांचं वादळ उठेल, तेव्हा नक्कीच हे ध्यान करा.

● **मनन प्रश्न :**

१. ध्यान साधनेत आपल्याला अधिक कोण भरकटून टाकतं, मन की शारीरिक वेदना? यावर मनन करा.

भाग ५

आत्मसंयमाचा परिणाम

॥ २९-३२ ॥

अध्याय ६

स्सर्वभूतस्थमात्मानं सर्वभूतानि चात्मनि। ईक्षते योगयुक्तात्मा सर्वत्र समदर्शनः ।।२९।।

यो मां पश्यति सर्वत्र सर्वं च मयि पश्यति। तस्याहं न प्रणश्यामि स च मे न प्रणश्यति ।।३०।।

सर्वभूतस्थितं यो मां भजत्येकत्वमास्थितः। सर्वथा वर्तमानोऽपि स योगी मयि वर्तते।।३१।।

आत्मौपम्येन सर्वत्र समं पश्यति योऽर्जुन। सुखं वा यदि वा दुःखं स योगी परमो मतः।।३२।।

२९-३०

श्लोक अनुवाद : वास्तविक योगी, सर्व प्राणिमात्रांमध्ये मला पाहत असतो आणि सर्व प्राणिमात्रांनासुद्धा माझ्यातच पाहतो. निःसंदेह आत्मसाक्षात्कारी व्यक्ती मला म्हणजे परमेश्वराला सर्वत्र पाहत असते।।२९।।

जो मला सर्वत्र पाहतो आणि सर्व काही माझ्यामध्येच असलेलं पाहतो, त्याला मी कधीही दुरावत नाही. तसंच तोही मला कधी दुरावत नाही।।३०।।

गीतार्थ : श्रीकृष्ण सांगतात- ज्याने त्या परम सत्तेला, म्हणजेच सर्वव्यापी, सर्वांभूत ईश्वराला, तत्त्वाद्वारे, व्यापक दृष्टिकोनातून जाणून घेतलंय, त्याची नजर कधीतरी त्याच्यावरून ढळू शकते का? त्याला दृश्यजगतात दिसणाऱ्या प्रत्येक जड आणि सचेतन गोष्टीत त्या एकमेवाद्वितीय सेल्फचंच दर्शन घडू लागतं. शिवाय, त्या एकमेव असलेल्या सेल्फमध्येच समस्त सृष्टी दिसू लागेल. मग अशी दृष्टी असणाऱ्या योग्यासाठी ईश्वर कधीही दूर, अदृश्य नसेल.

एक सोनार असतो. एकदा त्याच्याकडे एक स्त्री आपले दागिने विकण्यासाठी येते. तेव्हा तो सोनार केवळ त्या दागिन्यांवरील कलाकुसरच बघत बसेल काय...? या बांगड्या आहेत, हा हार आहे, असा विचार करत बसेल का? नाही. त्याचं लक्ष तर त्यातील सोन्यावरच खिळलेलं असेल. मग त्या दागिन्यांवर कितीही उत्कृष्ठ कलाकुसर असली, कितीही सुंदर घडण असली, तरी तो केवळ त्यातील सोन्याकडेचं पाहील आणि त्या सोन्याचीच किंमत तो देईल.

त्याचप्रमाणे स्वानुभवावर स्थापित असलेल्या योग्याची दृष्टीसुद्धा त्या सोनारासारखीच बनते. कोणताही मनुष्य अथवा जीव-जंतू असो, त्या प्रत्येकात त्याला ईश्वराचीच अनुभूती घडते. त्याच्यासाठी जगाचं प्रत्येक रूप हे ईश्वरस्वरूपच असतं.

श्रीकृष्ण (वासुदेव) म्हणतात- संपूर्ण जीवसृष्टी ही त्या ईश्वरातच सामावलेली असून, तोच प्रत्येक जीवाच्या आत सामावलेला आहे. जसं- आकाशातून उत्पन्न झालेला, सर्वत्र विहार करणारा महान वायू नित्य आकाशातच स्थित आहे,

तसंच त्याच्या संकल्पाद्वारे उत्पन्न झालेली सकल जीवसृष्टी, ही त्याच्यातच सामावलेली आहे. ही गोष्ट आपण रसगुल्ल्याच्या उदाहरणाद्वारे अधिक स्पष्टपणे समजून घेऊ या. एखाद्या हलवायाच्या दुकानात रसगुल्ल्यांचा ट्रे असतो. तो पाहून जर आपल्याला कोणी विचारलं, 'यात रस कुठे आहे, रसगुल्ल्यांच्या आत की बाहेर?' तर आपण म्हणाल, 'रसगुल्ले तर रसात डुंबलेले आहेत. रस त्यांच्या आतही आहे आणि बाहेरही.' हीच स्थिती ईश्वर आणि जीवात्म्यांची आहे. तोच या जीवात्म्यांमधील रस आहे. प्रत्येक जीवामध्येदेखील तोच समाविष्ट असून प्रत्येक जीव त्याच्यात सामावलेला आहे.

३१-३२

श्लोक अनुवाद : जो योगी मी आणि परमात्मा अभिन्न असल्याचं जाणून परमेश्वराच्या भक्तिपूर्ण सेवेमध्ये युक्त होतो, तोच सर्व परिस्थितीत माझ्यामध्ये सदैव निवास करतो।।३१।।

हे अर्जुना, जो योगी सर्व सजीवमात्रांना आपल्याप्रमाणे समभावाने पाहतो, तसेच सर्वांमध्ये सुख किंवा दुःख समदृष्टीने पाहतो, तो योगी अत्यंत श्रेष्ठ मानला जातो।।३२।।

गीतार्थ : या जगात सर्वसामान्य मनुष्य कशा प्रकारे जीवन जगतोय, याचा थोडासा विचार करा. एक मनुष्य सकाळी उठतो. आता मला ऑफीसमध्ये जाण्याची तयारी करायला हवी, या भावनेने तो तयारी करून तिथे जातो. तिथे तो इतरांसाठी काम करतो, त्याद्वारे स्वतःसाठी धन कमावतो. त्याला तेथे जर कोणी काही चुकीचं बोललं, तर खूप वाईट वाटतं, मग त्याला त्या मनुष्याचा राग येतो. 'अमक्या मनुष्याने मला असं कसं म्हटलं, मी त्याला पाहून घेईन,' असं तो म्हणतो. कित्येकदा तर असंही घडतं, की आपण स्वतःविषयीच काही नकारात्मक विचार करत राहतो, अथवा स्वतःलाच

अध्याय ६ : ३१-३२

काही भलंबुरं म्हणतो. पण, अशा वेळी आपल्याला स्वतःचा राग येत नाही. 'मी स्वतःला असं कसं म्हटलं, मी स्वतःला पाहून घेईन,' असं आपण कधी म्हणत नाही. आपलं वर्तन स्वतःबाबत काही वेगळंच तर इतरांबाबत भलतंच असतं. आपण स्वतःसाठी जे काम करतो ते काही वेगळ्याच भावनेने तर इतरांसाठी जे करतो ते वेगळ्या भावनेने.

सांगण्याचं तात्पर्य हेच, की आपली वैचारिकताच 'आप-पर' भावावर आधारित असते. आपलं सारं कर्मही 'माझं-तुझं' याच आधारे घडत असतं. अशा प्रकारे आपण द्वैतभावाने (दोन्ही वेगवेगळं असल्याची भावना) आयुष्य जगत राहतो. परिणामी आपल्याला फळप्राप्तीही द्वैतातच (दोन भागांत विभागूनच) मिळत राहते. जसं - सुख-दुःख, मान-अपमान, यश-अपयश, आशा-निराशा, स्नेह-तिरस्कार... इत्यादी.

आता जर आपण 'माझं-तुझं' या द्वैतभावनेऐवजी 'एक'चाच (अद्वैत, सेल्फचाच) विचार अवलंबला, तर काय होईल? जसं, दोन खेळाडू एखादा खेळ खेळतात. त्यांतील एक जिंकतो, तेव्हा दुसरा हरतो. एकाला आनंद होतो, तेव्हा दुसरा दुःखी होतो. परंतु खेळ जर असा साम्यभावाने झाला, की ज्यात दोन्ही खेळाडू परस्परांची कार्बन कॉपी असल्यासारखे एकसमान ठरतील. मग कोणतीही कॉपी जिंको, विजय दोघांचाही होईल, दोघेही आनंदी होतील आणि दोघेही यशस्वी ठरतील, तेव्हा विचार करा, त्या खेळात किती आनंद असेल बरं!

जो योगी स्वानुभवावर स्थापित होऊन जगतो, त्यालाही असाच खेळाडूंसारखा आनंद प्राप्त होतो. कारण त्याला आता कोणालाही हरवायचं नसतं किंवा जिंकायचं नसतं. त्याला फक्त खिलाडूवृत्तीने खेळत राहायचं असतं, खेळाचा आनंद उपभोगायचा असतो. असा योगी ईश्वर बनून, त्याच्याशीच आणि त्याच्यासाठीच खेळत असतो. म्हणजेच अद्वैताच्या जाणिवेत राहून आपली सर्व कर्म पार पाडत असतो. अशाच योग्यासाठी

अध्याय ६ : ३१-३२

श्रीकृष्ण म्हणतात, 'तो योगी सर्व प्रकारचे व्यवहार करत असला, तरी त्याचे सर्व व्यवहार हे माझ्याशीच होत असतात.' म्हणजेच त्याचं सगळं काही घेणं-देणं हे फक्त माझ्याशीच (सेल्फशीच) आहे, अन्य कोणत्याही व्यक्तीशी नाही.

जो अद्वैतात (एका परमेश्वराशिवाय इतर काहीही नाही) स्थापित झाला आहे, त्याच्या आयुष्यातून सर्व प्रकारच्या द्वैताचा (माझं-तुझं, सुख-दुःख, मान-अपमान, यश-अपयश) अंत होतो. मग तो सर्वत्र समभावात वावरू लागतो. अशा योग्यालाच श्रीकृष्ण सर्वश्रेष्ठ असं म्हणत आहेत.

● मनन प्रश्न :

१. आपण सुख-दुःख, मान-अपमान अशा प्रसंगांत समभाव बाळगू शकता का? की अजूनही आपण द्वैतभावातच अडकलेले आहात?

२. 'चराचरात एकच तत्त्व सामावलेलं आहे' या गोष्टीबाबत आपल्याला किती दृढता प्राप्त झाली आहे?

भाग ६
मनाला वश कसं करावं
॥ ३३-३६ ॥

अध्याय ६

सयोऽयं योगस्त्वया प्रोक्तः साम्येन मधुसूदन। एतस्याहं न पश्यामि चञ्चलत्वात्स्थितिं स्थिराम् ।।३३।।

चञ्चलं हि मनः कृष्ण प्रमाथि बलवद्दृढम्। तस्याहं निग्रहं मन्ये वायोरिव सुदुष्करम् ।।३४।।

असंशयं महाबाहो मनो दुर्निग्रहं चलम्। अभ्यासेन तु कौन्तेय वैराग्येण च गृह्यते ।।३५।।

असंयतात्मना योगो दुष्प्राप इति मे मतिः। वश्यात्मना तु यतता शक्योऽवाप्तुमुपायतः ।।३६।।

३३-३४

श्लोक अनुवाद : अर्जुन म्हणाला, 'हे मधुसूदना! तुम्ही सांगितलेला हा समभावाचा योग मला अव्यवहार्य आणि असह्य वाटते. कारण मन हे चंचल आणि अस्थिर आहे।।३३।।

हे श्रीकृष्णा, मन हे चंचल, उच्छृंखल, दुराग्रही आणि अत्यंत बलवान असल्यामुळे मनाचा निग्रह करणं, हे वायूला नियंत्रित करण्यापेक्षाही अत्यंत कठीण आहे, असं मला वाटतं।।३४।।

गीतार्थ : श्रीकृष्णाने अर्जुनाला आत्मयोगात स्थापित होण्याची, सर्व प्राणिमात्रांबाबत समभाव बाळगण्याची जी शिकवण दिली आहे, ती ऐकायला तर खूप छान वाटतं. परंतु यातही एक समस्या आहे, या जगात जगत असताना, मोहमायेची चपराक झेलत (सहन करत) असताना, आयुष्यात या बोधाचा अवलंब कसा करावा? कारण ही समस्या केवळ अर्जुनाचीच नाही, तर त्या प्रत्येक साधकाची आहे, जो या प्रापंचिक मोहमायेच्या पाशातून स्वतःची सुटका करून घेण्याची इच्छा बाळगतो. ज्याला सत्यमार्गावरून मार्गक्रमण करण्याची इच्छा आहे. त्यासाठी तो सत्संगास जातो, उत्तमोत्तम गोष्टींचं श्रवण करतो, ध्यान करतो. हे सर्व केल्याने त्याला शांत, प्रसन्नतेची जाणीव होते. मात्र जसं तो सत्संग केंद्राच्या बाहेर पडून बाह्यजगतात प्रवेश करतो, तसं एकाच झटक्यात त्याच्यातील सर्व शांतीचा भंग होतो.

जसं, एका साधकाला ध्यानकेंद्रात ध्यानस्थ बसल्याने, खूप हलकं आणि शांत जाणवत असे. प्रवचन ऐकून त्याने ठाम निर्धार केला होता, की आजपासून प्रत्येक जीवजंतूत तो ईश्वरालाच पाहील. सर्वत्र समभावनेतच राहील. असाच विचार करत तो ध्यानकेंद्राच्या बाहेर पडला, तेव्हा त्याच्या लक्षात आलं, की आपल्या स्कूटरसमोर कोणीतरी त्याची कार अशी पार्क केली आहे, ज्यामुळे आपली स्कूटर पार्किंगमधून काढता येणार नाही. त्याने ती स्कूटर बाहेर काढण्याचा खूप प्रयत्न केला, पण त्यात त्याला यश आलं नाही. हळूहळू सत्संगाचा प्रभाव कमी होऊ लागला, त्याला क्रोध येऊ लागला आणि शेवटी सवयीनुसार त्याच्या

अध्याय ६ : ३५-३६

मनाची बडबड सुरू झाली... 'कसे लोक आहेत... यांना गाडी कशी पार्क करावी याचीही अक्कल नाही... कुठं गेलाय हा अशी गाडी लावून... आता येऊ दे तर खरं, बघतोच त्याला...'

अशा प्रकारे स्कूटर काढण्याच्या नादात कारवर ओरखडे पडले. त्याचवेळी कारवाला तिथे आला. त्याने गाडीवर पडलेले ओरखडे पाहिले, तेव्हा त्यालाही राग आला. तो तर कधी सत्संगालाही गेलेला नव्हता. मग आता पुढचं दृश्य काय असेल, याची कल्पना तर आपण स्वतःच करू शकता. सत्संगास गेलेला मनुष्य जेव्हा भांडण-तंटा करून घरी पोहोचेल, तेव्हा त्याची मानसिक स्थिती कशी असेल? कदाचित तो असा विचार करेल, 'अशा विचित्र लोकांमध्ये मी ईश्वर कसं पाहू? या तर सगळ्या निरर्थक गोष्टी आहेत. संसारापासून दूर राहणाऱ्या, जगापासून अलिप्त राहणाऱ्या साधू-संतांबाबत हे सगळं ठीक आहे; पण आपल्यासारखे प्रापंचिक, जे या जगात ईश्वराच्या नव्हे, तर राक्षसांच्या सान्निध्यात वावरत असतात, त्यांच्यासाठी किती कठीण आहे.'

अर्जुनदेखील याच कारणास्तव श्रीकृष्णांना म्हणाला, 'या जगात राहून मनाला उलट-सुलट विचार करण्याची, तर्क-कुतर्क लढविण्याची, सतत चलबिचल होण्याची इतकी सवय जडली आहे, की यातून सावरणं खूपच कठीण आहे.' इतक्या वर्षांपासून असलेल्या या वृत्ती बळावल्याने त्यांच्यावर ताबा मिळवणं आता अत्यंत कठीण वाटत आहे. चौखूर उधळलेल्या बेलगाम मनावर नियंत्रण ठेवणं, म्हणजे सोसाट्याच्या वादळी वाऱ्याला रोखून शांत करण्यासारखंच आहे.

३५-३६

श्लोक अनुवाद : भगवान श्रीकृष्ण म्हणाले, हे महाबाहो अर्जुना, मन चंचल आणि संयमित करण्यास कठीण आहे, यात शंकाच नाही. परंतु हे कुंतीपुत्र

अध्याय ६ : ३५-३६

अर्जुना, हे मन अभ्यासाने आणि अनासक्तीने वश करता येतं.।।३५।।

ज्याचं मनावर नियंत्रण नाही अशा पुरुषाला आत्मसाक्षात्कार मिळणं कठीण आहे. पण ज्याचं मन संयमित आहे अशा प्रयत्नशील पुरुषाला निश्चितच यशाची शाश्वती असते, असं माझं मत आहे.।।३६।।

गीतार्थ : मानवी मन हे प्रचंड शक्तिशाली आहे, यात काहीच शंका नाही. मात्र खूपच कमी असे लोक आहेत, जे आपल्या मनातील विचारांचं महत्त्व आणि त्यांच्या शक्तीशी परिचित आहेत, तसंच ते त्यांचा योग्य उपयोग करणंही जाणतात. विचारांमध्ये इतकी शक्ती आहे, ज्यामुळे एखादा आजारी मनुष्यसुद्धा आपल्या शरीराला पूर्णपणे तंदुरुस्त आणि एखादा निरोगी मनुष्य आपलं शरीर व्याधिग्रस्त बनवू शकतो. वैचारिक शक्तीद्वारे आपण आयुष्यात हवं ते प्राप्त करू शकतो आणि विचारांच्या दुर्बलतेमुळे समीप असलेलंही हरवून बसतो.

आपण जर आपल्या मनात सुरू असलेल्या विचारांचं विश्लेषण करू शकलात, तर लक्षात येईल, की बहुतेक विचार हे भूतकाळात घडलेल्या अथवा भविष्यात घडू शकणाऱ्या गोष्टींबाबतचेच असतात. त्यांच्याच अनुमानात, कल्पनाविश्वात, अथवा विकारांमध्ये (राग, चिडचिड, उदासी, इच्छा, ईर्ष्या, हव्यास, अहंकार, इतरांचा अपमान, निंदा इत्यादी) आपण रममाण असतो. बहुधा खूपच कमी वेळा आपण वर्तमानाचा विचार करतो.

मनाची ही युक्ती, आपण एका उदाहरणाद्वारे समजून घेऊ या. एकदा एक चित्रकार पूर्ण तन्मयतेने चित्र साकारत होता. चित्र काढत असताना तो पूर्णपणे वर्तमानातच होता. त्यावेळी त्याच्या मनात केवळ चित्र साकारण्याचेच विचार सुरू होते, त्यामुळे तो शांत, प्रसन्न आणि आनंदी होता. परंतु चित्र काढताना मध्येच त्याच्या मनात भविष्याबाबतचे, चित्राचं श्रेय घेऊन कौतुकास पात्र ठरण्याचे विचार सुरू झाले. 'व्वा! मी किती मस्त

अध्याय ६ : ३५-३६

चित्र साकारतो आहे... परंतु माहीत नाही, लोकांना हे आवडेल की नाही... हे चित्र विकलं तर जाईल ना...'

अशा प्रकारे वर्तमानात राहिल्याने जे काम करून त्याला शांती, आनंद आणि रचनात्मक संतुष्टी मिळत होती, तेच त्याच्या मनाच्या व्यर्थ बडबडीमुळे चिंता, अहंकार, अशांती आणि असंतुष्टीला कारणीभूत ठरू लागलं. परिणामी चित्रकार आपली एकाग्रता हरवून बसला आणि ते चित्रही पूर्ण करू शकला नाही.

सांगण्याचा अर्थ, आपण जर आपल्या मनात उठणाऱ्या विचारांबाबत सावध, सजग नसलो, तर ते आपलं वर्तमानातील कार्य बिघडून टाकतात. आपल्याला सुखातून-दुःखात, शांतीतून-अस्वस्थतेमध्ये ढकलू शकतात.

श्रीकृष्ण सांगतात, याच मनाला अभ्यास आणि वैराग्याद्वारे वश करायला हवं. इथे अभ्यास याचा अर्थ आहे, मनावर संतुलन साधण्याचा वेळोवेळी प्रयत्न करणे आणि वैराग्य याचा अर्थ आहे, विचारांबाबत असलेली आसक्ती दूर सारणे. विचारांकडे साक्षीभावाने पाहून त्यांच्याबाबत असलेली आसक्ती दूर सारता येऊ शकते. असं केल्याने विचार आपला प्रभाव हरवून विलीन होऊ लागतील.

विचारांबाबत सजग राहून त्यांना योग्य दिशा देणं अत्यंत महत्त्वाचं आहे. मन जर शांत बसायला तयारच होत नसेल, विचारांची कलकल सुरूच राहत असेल, तर त्यांची दिशा बदलायला हवी, अथवा त्यांना सकारात्मक विचारांत परिवर्तित करायला हवं. जसं- एखाद्याने मारलेल्या टोमण्याने आपल्याला वेळोवेळी दुःख होत असेल. मग इच्छा असूनही आपण त्याला रोखू शकत नसाल, तर ते विचार हद्दपार करण्यासाठी आपल्याला काही सकारात्मक संवाद पुनःपुन्हा उच्चारावे लागतील. जसं- **'मी ईश्वराची संपत्ती आहे, त्यामुळे कोणताही चुकीचा विचार, अथवा अपशब्द माझ्यावर काही परिणाम करू शकत नाही. मी पूर्णपणे शांत असून**

अध्याय ६ : ३५-३६

सर्वांना क्षमा करण्याची क्षमता माझ्यामध्ये आहे.'

श्रीकृष्ण म्हणतात, मनाला शांत आणि नियंत्रित केल्याशिवाय स्वानुभवाची प्राप्ती केली जाऊ शकत नाही. म्हणून त्याला ध्यान, सत्य श्रवण, मनन, भक्ती आणि सेवेद्वारे हळूहळू शुद्ध करायला हवं.

अध्याय ६ : ३५-३६

● मनन प्रश्न :

१. आपण जेव्हा एखाद्या विचाराने जखडले जातो, तेव्हा त्यांच्याकडे तटस्थ भावनेने पाहू शकतो का? त्या विचारांतून आपण किती वेळाने मुक्त होतो?

२. आपल्यावर जेव्हा नकारात्मक विचारांचा हल्ला झालेला असेल, तेव्हा स्वतःसाठी असे काही सकारात्मक स्वसंवाद तयार करा, जे अशा वेळी उपयोगी ठरतील. हे स्वसंवाद वारंवार उच्चारा, जेणेकरून ते आपल्या अंतर्मनात रुजतील.

भाग ७
श्रद्धा असेल, पण संयमच नसेल तर काय होईल
॥ ३७-४७ ॥

अध्याय ६

सअयतिः श्रद्धयोपेतो योगाच्चलितमानसः। अप्राप्य योगसंसिद्धिं कां गतिं कृष्ण गच्छति।।३७।।

कच्चिन्नोभयविभ्रष्टश्छिन्नाभ्रमिव नश्यति। अप्रतिष्ठो महाबाहो विमूढो ब्रह्मणः पथि।।३८।।

एतन्मे संशयं कृष्ण छेत्तुमर्हस्यशेषतः। त्वदन्यः संशयस्यास्य छेत्ता न ह्युपपद्यते।।३९।।

पार्थ नैवेह नामुत्र विनाशस्तस्य विद्यते। न हि कल्याणकृत्कश्चिद्दुर्गतिं तात गच्छति।।४०।।

प्राप्य पुण्यकृतां लोकानुषित्वा शाश्वतीः समाः। शुचीनां श्रीमतां गेहे योगभ्रष्टोऽभिजायते ।।४१।।

अथवा योगिनामेव कुले भवति धीमताम्। एतद्धि दुर्लभतरं लोके जन्म यदीदृशम् ।।४२।।

तत्र तं बुद्धिसंयोगं लभते पौर्वदेहिकम्। यतते च ततो भूयः संसिद्धौ कुरुनन्दन ।।४३ ।।

पूर्वाभ्यासेन तेनैव ह्रियते ह्यवशोऽपि सः। जिज्ञासुरपि योगस्य शब्दब्रह्मातिवर्तते ।।४४ ।।

प्रयत्नाद्यतमानस्तु योगी संशुद्धकिल्बिषः। अनेकजन्मसंसिद्धस्ततो यात परां गतिम् ।।४५।।

तपस्विभ्योऽधिको योगी ज्ञानिभ्याऽपि मतोऽधिकः। कर्मिभ्यश्चाधिको योगी तस्माद्योगी भवार्जुन ।।४६।।

योगिनामपि सर्वेषां मद्गतेनान्तरात्मना। श्रद्धावान्भजते यो मां स मे युक्ततमो मतः।।४७।।

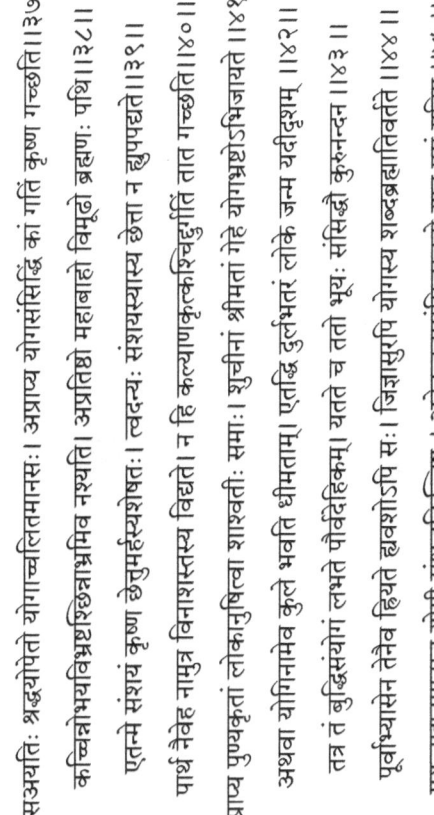

३७-३९

श्लोक अनुवाद : अर्जुन म्हणाला, 'हे श्रीकृष्णा, जो आरंभी आत्मसाक्षात्काराच्या मार्गावर श्रद्धा ठेवणारा असतो; परंतु संयमी नसल्याने सांसारिक आसक्तीमुळे मार्गभ्रष्ट होतो. जेणेकरून तो योगसिद्धी प्राप्त करू शकत नाही।।३७।।

हे महाबाहो श्रीकृष्णा, भगवत्प्राप्तीच्या मार्गात मोहित झालेला व आश्रयरहित असलेला पुरुष छिन्न-विच्छिन्न ढगाप्रमाणे पतीत होऊन भ्रष्ट तर होत नाही ना?।।३८।।

हे श्रीकृष्णा, हा माझा संशय तुम्हीच पूर्णपणे नाहीसा करू शकाल. म्हणून मी तुम्हाला विनंती करत आहे, की तुमच्याशिवाय दुसरा कोणी हा संशय दूर करू शकणार नाही।।३९।।

गीतार्थ : अर्जुनाने श्रीकृष्णाला प्रश्न विचारला, ज्याने सत्यमार्गावरील यात्रेचा आरंभ तर केला, परंतु त्याच्यात उद्दिष्टप्राप्तीची म्हणजेच स्व-अनुभवापर्यंत पोहोचण्याची क्षमता नाही, तर मग अशा लोकांबाबत काय घडतं? त्यांच्याबाबत 'माया मिली ना राम' किंवा 'तेलही गेलं, तूपही गेलं...' अशी तर अवस्था होत नाही ना? ते धड प्रापंचिकही राहिले नाहीत, ना धड आध्यात्मिक साधक, असं तर होत नाही ना? अशा प्रकारे त्यांचं दोन्हीकडून नुकसानच होतं का?

हे प्रश्न केवळ अर्जुनाचेच नव्हेत, तर त्या प्रत्येक साधकाचे आहेत, ज्यांना स्वतःला माया आणि सत्य यांच्या दरम्यान फसल्यासारखं वाटतं. त्यांना सत्य मार्गावर मार्गक्रमण करायचं तर असतं, परंतु मायेच्या विळख्यातून ते पूर्णपणे बाहेर पडू शकतील, इतकं आत्मबळ त्यांच्यात नसतं. सत्य श्रवण, सेवा, भक्ती या त्रिकोणात राहिल्याने मायापाश थोडेसे सैलावले जातात, मात्र ते अजूनही पूर्णपणे मायेच्या बंधनातून मुक्त झालेले नसतात. कधी मन त्यांचं ऐकत असतं, तर कधी ते मनाचं ऐकतात... कधी कधी विकारांवर ते मात करत असतात, तर कधी विकार त्यांच्यावर हावी होतात... आणि जर अशाच दोलायमान स्थितीत, माया आणि सत्य यांच्या दरम्यान हिंदोळे घेत असताना, त्यांच्या जीवनाचा अंत झाला,

अध्याय ६ : ४०-४२

तर मग काय होतं? ईश्वरप्राप्तीसाठी त्यांनी केलेली सारी मेहनत वाया तर जात नाही ना?

अर्जुनाच्या या जिज्ञासेचं उत्तर श्रीकृष्ण पुढील काही श्लोकांद्वारे देत आहेत.

४०-४२

श्लोक अनुवाद : भगवान श्रीकृष्ण म्हणाले, हे पार्था, शुभ कार्यामध्ये युक्त झालेल्या त्या पुरुषाचा इहलोकातही नाश होत नाही व परलोकातही नाही. कारण हे मित्रा, आत्मोद्धारासाठी अर्थात भगवत्प्राप्तीसाठी कर्म करणारा कोणताही पुरुष अधोगतीला जात नाही.।।४०।।

योगभ्रष्ट योगी, पुण्यात्म्यांच्या लोकांमध्ये अनेकानेक वर्षे सुखोपभोग घेतल्यानंतर पुन्हा गुणवान कुटुंबामध्ये किंवा वैभवशाली कुटुंबामध्ये जन्म घेतो.।।४१।।

किंवा वैराग्यशील पुरुष अत्यंत बुद्धिमान व्यक्तीच्या कुळात जन्म घेतो. परंतु हा जो जन्म आहे, तो या जगात निःसंशयपणे अत्यंत दुर्मीळ, दुर्लभ असा आहे.।।४२।।

गीतार्थ : प्रस्तुतच्या श्लोकांतील मर्म समजण्यासाठी एक उदाहरण पाहूया. एका राज्यातील दुर्गम पहाडावर एक मंदिर होतं. त्या मंदिरात नवस केल्याने सर्व शारीरिक व्याधी दूर होतात, केवळ दर्शन केल्यानेही अंधाला दिसू लागतं, पांगळे चालू लागतात, अशीच सर्व गावकऱ्यांची श्रद्धा होती. परंतु त्या मंदिराकडे जाण्याचा रस्ता मात्र खूपच बिकट होता. अनेक लोक तसा प्रयत्नही करत, परंतु काही अंतर कापून अर्ध्यातूनच परत फिरत असत.

एके दिवशी त्या राज्यात बाहेरून दोन मित्र आले. दोघेही वेगवेगळ्या आजाराने त्रस्त होते. त्यांनी जेव्हा ही गोष्ट ऐकली, तेव्हा त्या मंदिरात

अध्याय ६ : ४०-४२

जाण्याचा ठाम निश्चय केला. रस्ता खूपच लांब, शांत, निर्जन, खडकाळ आणि ओबडधोबड होता. काही अंतर कापल्यानंतर एका मित्राने आपला पराभव मान्य केला.

दुसरा मित्र मात्र दृढनिश्चयी होता. त्याला निरामयतेविषयी खूप प्रेम होतं. तो कोणत्याही स्थितीत निरोगी होऊ इच्छित होता, त्यामुळे त्याने सहजासहजी अपयश मान्य केलं नाही. कितीही अडचणी आल्या तरी तो चालतच राहिला. कारण त्याचं सगळं लक्ष आजारातून मुक्त होऊन निरामय आयुष्य जगण्याकडे होतं. दोन दिवसांच्या अथक प्रवासानंतर त्याला त्या जंगलात एक छोटंसं गाव दिसलं. त्या गावात त्याला खायला, प्यायला आणि एक दिवसासाठी आश्रय घ्यायला साधन-सुविधा मिळाली. दुसऱ्या दिवशी ताजंतवानं होऊन तो पुन्हा आपल्या लक्ष्याच्या दिशेने मार्गक्रमण करू लागला. परंतु आश्चर्याची गोष्ट अशी होती, की त्या गावानंतर पुढचा रस्ता थोडासा सुकर झाला होता.

अशा प्रकारे एकानंतर दुसरं, दुसऱ्यानंतर तिसरं असे कित्येक गाव त्याने पार केले. पण आश्चर्याची बाब म्हणजे प्रत्येक गावानंतर त्याचा मार्गही अधिकाधिक सहज-सुलभ होत असे. अशा प्रकारे अत्यानंदातच तो शेवटी त्या मंदिरापर्यंत पोहोचला आणि त्याने संपूर्ण स्वास्थ्य प्राप्त केलं.

या उदाहरणात मंदिर हे स्वबोध अवस्थेचं प्रतीक आहे. दोन्ही मित्र म्हणजे एक परिपक्व, समंजस; तर दुसरा अपक्व, असमंजस साधक आहे. ते मायेपासून (आजारापासून) स्वतःला वाचवून सत्याची (निरामय आरोग्याची) प्राप्ती करू इच्छितात. मंदिराकडे जाणारा रस्ता हा सत्यप्राप्तीच्या मार्गाचं प्रतीक आहे, जो मनुष्यात ठामपणे रुजलेल्या वृत्ती आणि विकारांमुळे प्रारंभी कठीण वाटतो. मात्र जसजशी आपली साधना (अभ्यास) वाढू लागते, तसतसा तो सहज-सुलभ होऊ लागतो. मार्गात लागणाऱ्या गावांना आपण साधकाच्या चेतनेचा स्तर असंही समजू शकतो. सत्यमार्गावरून होणाऱ्या

प्रवासात सेवा, श्रवण आणि भक्तीच्या त्रिकोणात राहून; मनन, पठण, ध्यान आदी साधना सातत्याने करत राहिल्याने, हळूहळू साधकाच्या चेतनेचा आणि समजेचा स्तर आपोआपच वाढू लागतो.

मग जसजसा हा स्तर वाढत जातो, तसतसं साधकाचं मन शुद्ध, निर्मळ आणि पवित्र होऊ लागतं. त्याच्यात निःस्वार्थ प्रेम, दया, करुणा, क्षमा, समभाव यांसारख्या दिव्य गुणांची वृद्धी होऊ लागते. यामुळेच त्याचा सत्यमार्गावरील प्रवास सहज-सुलभ होऊन जातो आणि स्वानुभवाची अवस्था समीप येत जाते. म्हणूनच अर्जुनाच्या मनातील साशंकता दूर करत असताना श्रीकृष्ण सांगत आहेत, ईश्वरप्राप्तीसाठी केलेला कोणताही प्रयत्न कधी व्यर्थ ठरत नाही. त्याच्या आकलनक्षमतेत सातत्याने वाढच होत राहते. त्याच्याकडून शुभ कर्मं घडू लागतात. मग तो आपल्या लक्ष्याच्या दिशेने एकेका पावलागणिक अग्रेसर होऊ लागतो. जसं, थेंबाथेंबानेच घडा भरत असतो ना?

श्रीकृष्णांनी गीतेच्या दुसऱ्या अध्यायात सांगितलं आहे, की जीव हा वास्तविक सूक्ष्म देहधारी आहे, त्याचा न जन्म होतो ना मृत्यू. तो जितका काळ पृथ्वीतलावर वास्तव्य करतो, तितक्या काळासाठी स्थूल (भौतिक) शरीर वस्त्रांसारखं धारण करतो. काही कालावधीनंतर त्या शरीररूपी वस्त्राचा त्याग करून (भौतिकदृष्ट्या मृत्यू झाल्यानंतर), तो पुन्हा आपल्या सूक्ष्म देहरूपात परततो. स्थूल शरीर त्यागल्यानंतर त्याच्याकडून फक्त स्थूल गोष्टीच सुटतात, सूक्ष्म गोष्टी सुटत नाहीत. म्हणून भौतिक शरीराचा त्याग केल्यानंतरही त्याचं मन, बुद्धी, आकलन, गुण, विकार, सवयी या सर्व गोष्टी त्याच्या सूक्ष्म शरीरात सामावल्या जातात. त्याचबरोबर त्याच्या कर्मांचं खातं, म्हणजेच त्याच्या कर्मांचा हिशेबही त्याच्या सूक्ष्म शरीरासोबत राहतो. शरीर असो अथवा नसो, त्याची जीवनयात्रा तर अखंडितपणे सुरूच आहे. म्हणजेच जी समज, ईश्वरावरील श्रद्धा, भक्ती त्याने या भौतिक जीवनात

प्राप्त केलेली असते, ती कायमस्वरूपी त्याच्यासोबत राहते, मग भले हे शरीर असो अथवा नसो.

तो जीव सूक्ष्म जगात वावरत असो अथवा पृथ्वीवर स्थूल शरीर धारण करो, म्हणजे पुन्हा त्याचा भौतिकदृष्ट्या जन्म होवो, त्याच्या सत्यमार्गावरील यात्रेस तिथूनच पुढे प्रारंभ होतो. आपल्यातील शुभ भावना आणि शुभ कर्मांमुळे तो जीव पुन्हा अशा घरात किंवा अशा वातावरणात जन्म घेतो, जिथून त्याच्या आध्यात्मिक विकासास पोषण मिळतं. मग असा जन्म पृथ्वीवरही असू शकतो, अथवा सूक्ष्म जगातदेखील.

सत्यमार्गासाठी अनुकूल असणाऱ्या अशा वातावरणात जन्म घेणं, हेच मुळात श्रीकृष्ण दैवदुर्लभ मानतात. असा विशिष्ट जन्म प्रचंड सौभाग्यानेच लाभतो. म्हणून ज्यांना ज्यांना या जगात सत्यप्राप्तीसाठी असं अनुकूल वातावरण लाभलंय, त्यांनी ईश्वराचे कोटी कोटी आभार मानायला हवेत.

४३-४५

श्लोक अनुवाद : हे कुरुनंदन! असा जन्म मिळाल्यावर तो आपल्या पूर्व जन्माच्या दिव्य चेतनेचे पुनरुज्जीवन करतो आणि परिपूर्ण सिद्धी प्राप्त करण्यासाठी पुन्हा प्रयत्न करतो.॥४३॥

आपल्या पूर्वजन्माच्या दिव्य चेतनेच्या आधारावर तो आपोआपच आपली इच्छा नसतानाही योगाभ्यासाकडे आकृष्ट होतो. असा जिज्ञासू योगी सदैव शास्त्रांच्या कर्मकांडात्मक तत्त्वांच्या अतीत असतो.॥४४॥

मात्र प्रयत्नपूर्वक अभ्यास करणारा योगी मागील अनेक जन्मांच्या संस्कारांच्या आधारावर प्रामाणिक प्रयत्न करतो तेव्हा याच जन्मात पूर्ण सिद्धी मिळवून सर्व पापांपासून मुक्त होऊन तत्काळ परमगतीला प्राप्त होतो.॥४५॥

अध्याय ६ : ४३-४५

गीतार्थ : या श्लोकांद्वारे श्रीकृष्ण आपला मुद्दा पुढे सांगताना म्हणतात, की आपल्या पूर्वजन्मातील आध्यात्मिक संस्कारांच्या स्मृतींच्या संग्रहामुळे (मेमरिज) असा साधक जन्मतःच ईश्वरभक्तीकडे सहजपणे आकर्षिला जातो. शिवाय, या नव्या शरीराद्वारे आपल्या पुढील प्रवासात सातत्य ठेवतो. अशा अनेक संतांची उदाहरणं आपल्याला माहीत असतील, ज्यांनी बालपणीच आपल्या उच्च आध्यात्मिक पातळीचे संकेत दिले होते. संत कबीर, संत ज्ञानेश्वर आणि त्यांची भावंडं, सत्यकाम जाबाल, रामकृष्ण परमहंस... इत्यादी संत हे असेच स्व-अनुभवी महात्मे होते.

जसं, एका शाळेतून एक मूल तिसरी इयत्ता उत्तीर्ण होतं. परंतु काही कारणाने त्याला ती शाळा बदलावी लागते. अशा स्थितीत नव्या शाळेत त्या मुलाला चौथीतच प्रवेश मिळतो. मग तिथूनच त्याच्या अभ्यासाला सुरुवात होते, जिथून मागच्या शाळेत सोडावा लागला होता. वेगवेगळ्या शाळांत शिकल्यानंतरही एकेदिवशी ते मूल अखेर पदवी प्राप्त करतंच. अशाच प्रकारे सत्यमार्गावरील साधकही या भौतिक जगतात असो अथवा त्या सूक्ष्म जगात, त्याचा सत्यप्राप्तीच्या मार्गावरील प्रवास सातत्याने सुरूच राहतो.

श्रीकृष्णांनी मागील काही श्लोकांत म्हटलं होतं, असा साधक, जो योगसाधनेत (स्व-अनुभवात) लीन होऊ शकला नाही, परंतु ज्याने त्यासाठी साधारण का असेनात, पण सातत्यपूर्ण प्रयत्न केले होते, मग तो त्या स्मृतींच्या संग्रहामुळे (मेमरी) उत्तम सूक्ष्म लोकांत दीर्घकाळपर्यंत निवास करून, पुन्हा पृथ्वीवर अवतरतो. अथवा थेट पृथ्वीतलावर जन्म घेऊन पुढील प्रवासास प्रारंभ करतो. चला, आता ही गोष्ट योग्यप्रकारे समजून घेऊया.

जीवाच्या संपूर्ण जीवनाचं दोन भागांत विभाजन केलं जाऊ शकतं. पृथ्वीवरील जीवन, ज्याला आपण जीवनाचा भाग एक असं म्हणू शकतो; तर सूक्ष्म जगतातील जीवन, ज्याला भाग दोन असं संबोधता येऊ शकतं. हा जीव आपल्या संपूर्ण जीवनात भाग एक आणि भाग दोन यादरम्यान

अध्याय ६ : ४३-४५

येत-जात राहतो. त्याचं हे येणं-जाणं त्याच्यातील कर्मबंधनं आणि त्याची इच्छाशक्ती यांच्या आधारेच घडत असतं.

भाग दोन, म्हणजे सूक्ष्म जगतदेखील अनेक भागांत विखुरलेलं आहे. हे विभाजन चेतनेच्या स्तरावर आधारलेलं असतं. उच्च चेतना असलेले जीव उच्च स्तरावर आणि निम्न चेतना असलेले जीव निम्न स्तरावर राहतात. जीवात असलेली समज आणि चेतनाच त्याच्या स्तराची निवड करत असते, दुसऱ्या स्तरावर त्याला जाता येत नाही.

श्रीकृष्ण जेव्हा स्वर्गादी उत्तम लोकांविषयी बोलतात, तेव्हा त्यांच्या सांगण्याचा संदर्भ हा उच्च चेतनेच्या स्तराशी निगडित असतो. तेथील जीवन हे शांत, आनंदी, प्रेम-करुणामयी असतं. चेतनेच्या खालच्या स्तराला या जगात नरकाची उपमा दिली जाते. मात्र मजेशीर गोष्ट ही आहे, की नरकात राहणाऱ्यांना नरक हा नरक भासतच नाही. अगदी तसंच, जसं पृथ्वीवर अपराधी स्वतःला चुकीचं समजत नाहीत आणि ते मद्य प्राशन करून स्वतःला स्वर्गात असल्याचं समजतात. कारण आपल्या स्वर्ग आणि नरक याबाबतच्या ज्या कल्पना आहेत, त्याच मुळात चुकीच्या आहेत. आपल्या शास्त्रांमध्ये विविध प्रकारच्या नरकांचं वर्णन आलेलं आहे. खरंतर खालच्या स्तरावरील चेतनेचे जे अनेक स्तर असतात, ते समजून घेण्यासाठी त्यांना वेगवेगळ्या प्रकारचे नरक असं म्हटलं जाऊ शकतं.

स्थूल शरीराचा त्याग केल्यानंतर सूक्ष्म शरीर स्मृतींच्या संग्रहामुळे चेतनेच्या उच्च स्तरावरदेखील जाऊ शकतं किंवा पुन्हा पृथ्वीवर सत्यप्राप्तीसाठी अनुकूल अशा वातावरणात जन्मदेखील घेऊ शकतं. त्याचा पुढील प्रवास कसा आणि कोणत्या दिशेने व्हावा, हे त्याच्यातील सुप्त इच्छा आणि त्याची कर्मबंधनं निश्चित करत असतात. अशा प्रकारे वेगवेगळ्या स्तरांवर मुक्काम करत, कर्मबंधनांना सैल करत आणि साधनेत सातत्य राखत सत्यसाधक शेवटी स्व-अनुभव प्राप्त करतोच.

४६-४७

श्लोक अनुवाद : तपस्वी लोकांपेक्षा योगी श्रेष्ठ आहे, शास्त्रज्ञानी पुरुषांपेक्षाही श्रेष्ठ मानला गेला आहे आणि सकाम कर्मं करणाऱ्या लोकांपेक्षाही योगी श्रेष्ठ आहे. म्हणून हे अर्जुना, तू सर्व परिस्थितीत योगी हो।।४६।।

सर्व योग्यांमध्येसुद्धा जो श्रद्धावान योगी दृढश्रद्धेने सदैव माझ्यामध्ये वास करतो, अंतःकरणपूर्वक माझं चिंतन करतो, माझीच दिव्यप्रेममय सेवा करतो, तो माझ्याशी पूर्णपणे योगयुक्त असतो, म्हणूनच तोच सर्वश्रेष्ठ योगी होय असं माझं मत आहे।।४७।।

गीतार्थ : अर्जुनाला योगाचं रहस्य समजावून सांगितल्यानंतर श्रीकृष्ण त्याला पुन्हा योगी बनण्यास सांगत आहेत. कारण त्यांच्या नजरेत योगी हा सर्व तपस्व्यांहूनही श्रेष्ठ आहे. योगी म्हणजे केवळ योगासनं करणारा नव्हे, तर आत्मानुभवात स्थिर असलेला योगी... आत्मानुभवाच्या स्थितीत स्थिर राहूनही ज्याच्या मनात सर्व प्राणिमात्रांबाबत सर्व समभाव असतो. सुख, दुःख, द्वंद्वादी सर्व भावभावनांबाबत समभाव बाळणारा आपली प्रापंचिक कर्तव्यकर्मं नियमितपणे पार पाडणारा योगी हा सर्वश्रेष्ठ असतो.

असे योगी श्रीकृष्णांना त्या तपस्व्यांहूनही अधिक प्रिय आहेत, जे ईश्वरप्राप्तीकरिता घर-दार, सर्वस्वाचा त्याग करतात. आपल्या सर्व जबाबदाऱ्या टाळून एकांतवासात तपस्या करतात. कारण, योगी तर प्रपंचात राहूनही ईश्वरातच तल्लीन झालेले असतात. प्रपंच हा त्यांच्यासाठी अडथळा ठरत नाही. असे योगी ईश्वराला त्या शास्त्रपंडितांहूनही अधिक प्रिय आहेत, ज्यांना सकल शास्त्रांचं, वेद-पुराणांचं भरपूर ज्ञान आहे. जे शास्त्रार्थ करून, शास्त्रांतील विधि-वचनांबाबत वाद-विवाद, चर्चा करून आपल्या ज्ञानाबाबत असलेला अहंकार कुरवाळत बसतात. मात्र, त्या ज्ञानाचा उपयोग आपल्या आयुष्यात पूर्णतः कधीही करत नाहीत. ईश्वराला असे योगी, त्या

अध्याय ६ : ४६-४७

लोकांहूनही अधिक प्रिय आहेत, जे मनात फळाची अपेक्षा बाळगून कर्म करतात. मग ते अगदी सर्वाधिक मोठी म्हणजे वर्ल्ड रेकॉर्ड करण्यासारखी आव्हानंही स्वीकारत असली तरी.

श्रीकृष्ण पुढे सांगतात, जो कोणी असा श्रद्धावान भक्त निरंतर माझी भक्ती करत असेल, अनासक्त भावनेने आपल्या जबाबदाऱ्या पार पाडत असेल, तो माझ्या दृष्टीने सर्वाधिक श्रेष्ठ भक्त होय. म्हणून ते अर्जुनाकडे असा सर्वश्रेष्ठ योगी बनण्याची अपेक्षा व्यक्त करतात.

अध्याय ३ : ११-१२

● मनन प्रश्न :

१. काही वेळ आपल्या विचारांवर मनन करा. आपल्या मनात कोणते विचार अधिक येतात – भूतकाळातील, भविष्यातील की वर्तमानातील? स्वतःला अधिकाधिक वर्तमानात ठेवण्याचा प्रयत्न करा.

२. गीतेचं ज्ञान प्राप्त झाल्यानंतर आपल्या चेतनेत किती उत्कर्ष झाल्याचं आपल्याला जाणवत आहे, यावर मनन करा.

हे पुस्तक वाचल्यानंतर आपला अभिप्राय कृपया या पत्त्यावर अवश्य पाठवा.
Tej Gyan Global Foundation, Pimpri Colony Post Office, P.O.Box 25, Pune-411017. Maharashtra (India).

एक अल्प परिचय
सरश्री

स्वीकार मुद्रा

सरश्रींचा आध्यात्मिक शोधाचा प्रवास त्यांच्या बालपणापासूनच सुरू झाला होता. हा शोध सुरू असतानाच त्यांनी अनेक प्रकारच्या पुस्तकांचं अध्ययन केलं. त्याचबरोबर या शोधकाळात त्यांनी अनेक ध्यानपद्धतींचा अभ्यासही केला. त्यांच्यातील या जिज्ञासेने त्यांना अनेक वैचारिक आणि शैक्षणिक संस्थांमध्ये जाण्यासाठी प्रेरित केलं. जीवनाचं रहस्य समजण्यासाठी त्यांनी **प्रदीर्घ काळ मनन करून आपलं शोधकार्य सातत्याने सुरू ठेवलं. या शोधातूनच त्यांना 'आत्मबोध' प्राप्त झाला.** आत्मसाक्षात्कारानंतर त्यांना जाणवलं, की **अध्यात्माचा प्रत्येक मार्ग ज्या शृंखलेने जोडलेला आहे, तो म्हणजे 'समज' (Understanding).** आत्मबोधप्राप्तीनंतर त्यांनी अध्यापनाचं कार्य थांबवलं आणि जवळ जवळ दोन दशकांहूनही अधिक काळ आपलं समस्त जीवन अखिल मानवजातीच्या आध्यात्मिक विकासासाठी अर्पण केलं.

सरश्री म्हणतात, ''सत्यप्राप्तीच्या सर्व मार्गांचा प्रारंभ जरी वेगवेगळ्या मार्गांनी होत असला, तरी सर्वांचा अंत मात्र एकच समज प्राप्त केल्याने होतो. ही **'समज'च सर्व काही असून ती स्वतःमध्ये परिपूर्ण आहे.** आध्यात्मिक ज्ञानप्राप्तीसाठी या 'समजे'चं श्रवणच पुरेसं आहे.'' ही समज प्रकाशमान करण्यासाठी आजपर्यंत त्यांनी **आध्यात्मिक विषयांवर तीन हजारांहून अधिक प्रवचनं दिली आहेत.** या प्रवचनांद्वारे ते अध्यात्मातील अतिशय गहन संकल्पना सहज, सुलभ आणि व्यावहारिक भाषेत समजावून सांगतात. समाजातील प्रत्येक स्तरावरील मनुष्य सरश्रींद्वारे सांगितल्या जाणाऱ्या या समजेचा लाभ घेऊ शकतो.

ही समज प्रत्येकाला आपल्या अनुभवातून प्राप्त व्हावी, यासाठी सरश्रींनी

'महाआसमानी परमज्ञान शिबिर' आणि त्यासाठी आवश्यक असणारी कार्यप्रणाली (सिस्टिम) तयार केली. **तिचा लाभ आज लाखो लोक घेत आहेत.** या प्रणालीला आय.एस.ओ. (ISO 9001:2015) प्रमाणपत्रही लाभलंय. या प्रणालीमुळेच अनेकांना सत्यमार्गावर वाटचाल करण्याची प्रेरणा मिळाली आहे. या समजेचा प्रचार आणि प्रसार करण्यासाठी त्यांनी 'तेजज्ञान फाउंडेशन' या आध्यात्मिक संस्थेचा पाया रचला. **'हॅपी थॉट्सद्वारे उच्चतम विकसित समाजाची निर्मिती करणे,'** हेच या संस्थेचं मुख्य उद्दिष्ट आहे.

विश्वातील प्रत्येक मनुष्य आज सरश्रींच्या मार्गदर्शनाचा लाभ घेऊ शकतो. त्यासाठी कोणत्याही धर्म, जात, उपजात, वर्ण, पंथ वा लिंग यांचं बंधन नसतं. विश्वाच्या प्रत्येक कानाकोपऱ्यांतील लोक आज 'तेजज्ञान'च्या अनोख्या ज्ञानप्रणालीचा (System for Wisdom) लाभ घेत आहेत. याच व्यवस्थेचा आणखी एक महत्त्वपूर्ण भाग म्हणजे, **दररोज सकाळी आणि रात्री ९ वाजून ९ मिनिटांनी लाखो लोक विश्वशांतीसाठी प्रार्थना करत आहेत.**

बेस्ट सेलर पुस्तक 'विचार नियम' शृंखलेचे रचनाकार म्हणूनही सरश्रींना ओळखलं जातं. **केवळ पाच वर्षांच्या कालावधीत या पुस्तकाच्या १ कोटीपेक्षा अधिक प्रती वितरित** झाल्या आहेत. याशिवाय आजवर त्यांनी विविध विषयांवर **१०० हून अधिक पुस्तकं लिहिली** आहेत. त्यांपैकी 'विचार नियम', 'स्वसंवाद एक जादू', 'शोध स्वतःचा', 'स्वीकाराची जादू', 'निःशब्द संवाद एक जादू', 'संपूर्ण ध्यान' इत्यादी पुस्तकं बेस्ट सेलर झाली आहेत. ही पुस्तकं दहापेक्षा अधिक भाषांमध्ये अनुवादित असून, पेंगुइन बुक्स, हे हाउस पब्लिशर्स, जैको बुक्स, मंजुळ पब्लिशिंग हाउस, प्रभात प्रकाशन, राजपाल अँड सन्स, पेंटागॉन प्रेस आणि सकाळ प्रकाशन इत्यादी प्रमुख प्रकाशन संस्थांद्वारे ती प्रकाशित झाली आहेत.

तेजज्ञान फाउंडेशन परिचय

तेजज्ञान फाउंडेशन आत्मविकासातून आत्मसाक्षात्कार प्राप्त करण्याचा एक मार्ग आहे. यासाठी सरश्रींद्वारा एक अनोखी बोधप्रणाली (System for Wisdom) निर्माण झाली आहे. या प्रणालीला आंतरराष्ट्रीय प्रमाणपत्राद्वारे ISO 9001:2015च्या आवश्यकतेनुसार आणि निकष पडताळून सरळ, व्यावहारिक आणि प्रभावी बनवलं गेलं आहे.

या संस्थेच्या प्रबोधनपद्धतीच्या भिन्न पैलूंना (शिक्षण, निरीक्षण आणि गुणवत्ता) स्वतंत्र गुणवत्ता परीक्षकांद्वारे (Quality Auditors) क्रमबद्ध पद्धतीने पडताळलं गेलं. त्यानंतर या पैलूंना ISO 9001:2015 साठी पात्र समजून या बोधपद्धतीला हे प्रमाणपत्र प्रदान करण्यात आलं.

या फाउंडेशनचे लक्ष्य आहे नकारात्मक विचारांकडून सकारात्मक विचारांकडे वाटचाल. सकारात्मक विचारांकडून शुभ विचारांकडे म्हणजे हॅपी थॉट्सकडे प्रगती. शुभ विचारांकडून निर्विचार अवस्थेकडे मार्गक्रमण आणि निर्विचार अवस्थेच्या अंती आत्मसाक्षात्कार प्राप्ती. 'मी सर्व विचारांपासून मुक्त व्हावे' हा विचार म्हणजे शुभ विचार (हॅपी थॉट्स). 'मी प्रत्येक इच्छेपासून मुक्त व्हावे', अशी इच्छा म्हणजे शुभ इच्छा.

तेजज्ञान म्हणजे ज्ञान व अज्ञान या दोहोंच्या पलीकडचे ज्ञान. पुष्कळ लोक सामान्य ज्ञानाच्या (General Knowledge) माहितीलाच ज्ञान मानतात. परंतु अस्सल ज्ञान आणि नुसती माहिती यांत फार मोठे अंतर आहे. आजमितीला लोक सामान्य ज्ञानाच्या उत्तरांनाच जास्त महत्त्व देतात. अशा ज्ञानाचे विषय म्हणजे कर्म आणि भाग्य, योग आणि प्राणायाम, स्वर्ग आणि नरक इत्यादी. आजच्या युगात सामान्यज्ञान प्राप्त करणारे लोक, शिक्षक मोठ्या प्रमाणावर आहेत; परंतु हे ज्ञान ऐकून जीवनात परिवर्तन घडून येत नाही. असे ज्ञान म्हणजे केवळ बुद्धिविलास आहे किंवा अध्यात्माच्या नावावर चाललेला बुद्धीचा व्यायाम आहे.

सर्व समस्यांवरील उपाय आहे तेजज्ञान. क्रोध, चिंता आणि भय यांपासून मुक्त जीवन म्हणजे तेजज्ञान. शारीरिक, मानसिक, सामाजिक, आर्थिक आणि आध्यात्मिक प्रगतीचा, सर्वांगीण प्रगतीचा मार्ग आहे तेजज्ञान. तेजज्ञान आपल्या

अंतरंगात आहे. येथे या आणि या गोष्टीचा अनुभव घ्या.

आपल्याला असे ज्ञान हवे आहे, की जे सामान्य ज्ञानापलीकडे आहे, जे प्रत्येक समस्येवरील उत्तर आहे, जे प्रत्येक समजुतीपासून, गृहीत धारणांपासून आपल्याला मुक्त करते, ईश्वरी साक्षात्कार घडविते, अंतिम सत्यात स्थापित करते. आता वेळ आली आहे शाब्दिक, सामान्यज्ञानातून बाहेर येऊन तेजज्ञानाचा अनुभव घेण्याची!

आजवर जप-तप, तंत्र-मंत्र, कर्म-भाग्य, ध्यान-ज्ञान, योग-भक्ती असे अनेक मार्ग अध्यात्मात सांगितले आहेत. या सर्व मार्गांनी प्राप्त होणारी अंतिम समज, अंतिम ज्ञान, बोध एकच आहे. अंतिम सत्याच्या शोधकाला, साधकाला शेवटी जी एकच 'समज' प्राप्त होते, ती 'समज' श्रवणानेसुद्धा प्राप्त होऊ शकते. अशा समजप्राप्तीसाठी श्रवण करणे यालाच तेजज्ञान प्राप्त करणे म्हटले गेले आहे. तेजज्ञानाच्या श्रवणाने सत्याचा साक्षात्कार घडतो, ईश्वरीय अनुभव मिळतो. हेच तेजज्ञान सरश्री महाआसमानी परमज्ञान शिबिरात प्रदान करतात.

महाआसमानी परमज्ञान
शिबिर परिचय आणि लाभ (निवासी)

तुम्हाला सर्वोच्च आनंद हवाय? असा आनंद, जो कोणत्याही बाह्य कारणावर अवलंबून नाही... जो प्रत्येक क्षणी वृद्धिंगत होतो. या जीवनात तुम्हाला प्रेम, विश्वास, शांती, समृद्धी आणि परमसंतुष्टी हवी आहे का? शारीरिक, मानसिक, सामाजिक, आर्थिक आणि आध्यात्मिक अशा आयुष्याच्या सर्व स्तरांवर यशस्वी होण्याची तुमची इच्छा आहे का? 'मी कोण आहे' हे तुम्हाला अनुभवाने जाणावंसं वाटतं का?

तुमच्या अंतर्यामी अशा सर्व प्रश्नांची उत्तरं जाणण्याची इच्छा आणि 'अंतिम सत्य' प्राप्त करण्याची तृष्णा असेल, तर तेजज्ञान फाउंडेशनतर्फे आयोजित 'महाआसमानी शिबिरा'त तुमचं स्वागत आहे. हे शिबिर सरश्रींच्या मार्गदर्शनावर आधारित आहे. सरश्री, आजच्या युगातील आध्यात्मिक गुरू असून, ते आजच्या लोकभाषेत अत्यंत सहजपणे आध्यात्मिक समज प्रदान करतात.

महाआसमानी परमज्ञान शिबिराचा उद्देश :

विश्वातील प्रत्येक मनुष्यानं 'मी कोण आहे', या प्रश्नाचं उत्तर जाणून तो सर्वोच्च आनंदाच्या अवस्थेत स्थापित व्हावा, हाच या शिबिराचा मुख्य उद्देश आहे. प्रत्येकाला असं ज्ञान प्राप्त व्हावं, जेणेकरून त्यानं प्रत्येक क्षणी वर्तमानात जगण्याची कला आत्मसात करावी. तो भूतकाळाचं ओझं आणि भविष्याची चिंता यांतून मुक्त व्हावा. प्रत्येकाच्या आयुष्यात कधीही न संपणारा आनंद आणि योग्य समज यावी. शिवाय, प्रत्येकानं समस्या विलीन करण्याची कला आत्मसात करावी. थोडक्यात, मनुष्यजन्माचा उद्देश सफल व्हावा, हाच या शिबिराचा उद्देश आहे.

'मी कोण आहे? मी येथे का आहे? मोक्ष म्हणजे काय? या जन्मातच मोक्षप्राप्ती शक्य आहे का?' असे प्रश्न जर तुमच्या मनात असतील, तर त्यांवरील उत्तर आहे– 'महाआसमानी परमज्ञान शिबिर'.

महाआसमानी परमज्ञान शिबिराचे मुख्य लाभ :

वास्तविक या शिबिराचे लाभ तर असंख्य आहेत; पण त्यांपैकी मुख्य लाभ पुढीलप्रमाणे-

* जीवनात शक्तिशाली ध्येय निश्चित होतं
* 'मी कोण आहे' हे अनुभवाने जाणता येतं (सेल्फ रियलायजेशन)
* मनाचे सर्व विकार विलीन होतात.
* भय, चिंता, क्रोध, बोरडम, मोह, तणाव या नकारात्मक बाबींतून मुक्ती
* प्रेम, आनंद, मौन, समृद्धी, संतुष्टी, विश्वास अशा दिव्य गुणांशी युक्ती
* साधं, सरळ पण शक्तिशाली जीवन जगता येतं
* प्रत्येक समस्येचं निराकरण करण्याची कला प्राप्त होते
* 'प्रत्येक क्षणी वर्तमानात जगणं' हा तुमचा स्वभाव बनतो
* आपल्यातील सर्व सकारात्मक शक्यता खुलतात
* याच जीवनात मोक्षप्राप्ती होते

महाआसमानी परमज्ञान शिबिरात सहभागी कसं व्हाल?

या शिबिरात सहभागी होण्यासाठी तुम्हाला खालील बाबींची पूर्तता करायची आहे–

१)	तुमचं वय कमीत कमी अठरा किंवा त्यापेक्षा अधिक असायला हवं.

२)	सर्वप्रथम तुम्हाला 'सत्य-स्थापना' (फाउंडेशन ट्रुथ रिट्रीट) शिबिरात सहभागी व्हावं लागेल. या शिबिरात, तुम्ही प्रामुख्यानं दोन बाबी शिकाल- प्रत्येक क्षणी वर्तमानात जगण्याची कला कशी आत्मसात करावी आणि निर्विचार अवस्था कशी प्राप्त करावी.

३)	प्राथमिक स्तरावर तुम्हाला काही प्रवचनं ऐकायची असून, त्यांतून तुम्ही मूलभूत समज आत्मसात कराल आणि महाआसमानी परमज्ञान शिबिरात प्रवेश करण्यासाठी तयार व्हाल.

हे शिबिर साधारणपणे एक-दोन महिन्यांच्या अंतराने आयोजित करण्यात येतं. यात हजारो सत्यशोधक सहभागी होतात. या शिबिराची तयारी दोन पद्धतींनी करू शकता. पहिली पद्धत- मनन आश्रम, पुणे येथे ५ दिवसीय शिबिरात भाग घेऊ शकता. दुसरी पद्धत- तेजज्ञान फाउंडेशनच्या जवळच्या सेंटरवर जाऊन सत्यश्रवणाद्वारेही करू शकता. महाराष्ट्रात अहमदनगर, सातारा, औरंगाबाद, नाशिक, नागपूर, वर्धा, अमरावती, चंद्रपूर, यवतमाळ, कोल्हापूर, सांगली, रत्नागिरी, लातूर, बीड, नांदेड, परभणी, पनवेल, मुंबई, ठाणे, सोलापूर, पंढरपूर, जळगाव, अकोला, बुलढाणा, धुळे, भुसावळ आणि महाराष्ट्राबाहेर सुरत, अहमदाबाद, बडोदा, नवी दिल्ली, बेंगलुरू, बेळगाव, धारवाड, रायपूर, भुवनेश्वर, कोलकाता, रांची, लखनौ, कानपूर, चंदीगढ, जयपूर, चेन्नई, पणजी, म्हापसा, भोपाळ, इंदोर, इटारसी, हर्दा, विदिशा, बुऱ्हाणपूर या ठिकाणी महाआसमानी शिबिराची पूर्वतयारी करू शकता.

तेजज्ञान फाउंडेशनमध्ये उपलब्ध असणाऱ्या सरश्रीलिखित पुस्तकांचं वाचन करून किंवा सरश्रींच्या प्रवचनांच्या सीडीज ऐकूनही तुम्ही या शिबिराची पूर्वतयारी करू शकता. याशिवाय, तुम्ही टीव्ही, रेडिओ किंवा यू ट्युबवरील सरश्रींच्या प्रवचनांचा लाभही घेऊ शकता. पण लक्षात घ्या, पुस्तकांतील ज्ञान, सीडी, टीव्ही, रेडिओ आणि यू ट्युबवरील प्रवचनं म्हणजे 'तेजज्ञानाची तोंडओळख' आहे; 'संपूर्ण तेजज्ञान' मुळीच नाही. तुम्ही महाआसमानी शिबिरात सहभागी होऊनच तेजज्ञानाचा आनंद घेऊ शकता. तेव्हा आगामी महाआसमानी शिबिरात सहभागी होण्यासाठी आजच संपर्क करा- 09921008060/75, 9011013208

महाआसमानी परमज्ञान शिबिरस्थान :

हे शिबिर पुण्यातील मनन आश्रम येथे आयोजित केलं जातं. येथे तुमच्या निवासाची आणि भोजनाची व्यवस्था केली जाते. तुम्हाला काही शारीरिक व्याधी असतील आणि त्यासाठी जर तुम्ही नियमितपणे औषधं घेत असाल, तर शिबिरात येताना ती सोबत बाळगावीत. शिवाय, वातावरणानुसार गरम कपडे, स्वेटर, ब्लँकेटही आणावं.

पुणे शहरापासून १७ किलोमीटर अंतरावर अत्यंत निसर्गरम्य परिसरात मनन आश्रम वसलेला आहे. आश्रमात महिला आणि पुरुष यांच्या निवासाची स्वतंत्र व्यवस्था असून येथे जवळपास ८०० लोकांच्या राहण्याची व्यवस्था आहे. आपण हवाईमार्ग, हायवे किंवा रेल्वे अशा कोणत्याही मार्गाने पुण्यात येऊ शकता.

मनन आश्रम : मनन आश्रम, पुणे, सर्व्हे नं. ४३, सणस नगर, नांदोशी गाव, किरकटवाडी फाटा, तालुका- हवेली, जिल्हा- पुणे- ४११०२४. फोन- 09921008060

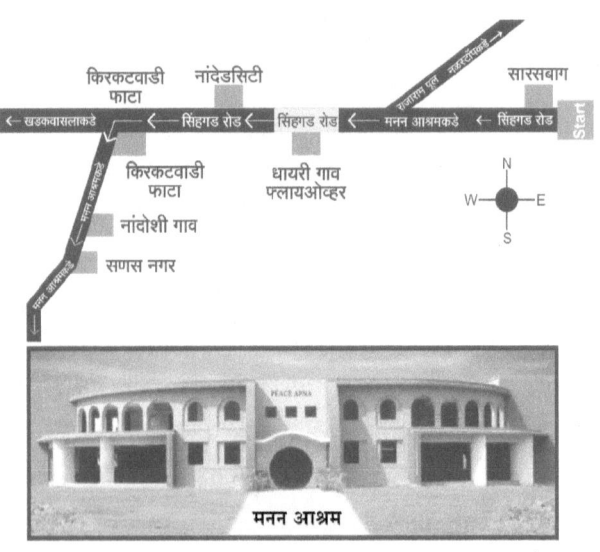

मनन आश्रम

e-mail
mail@tejgyan.com

Website
www.tejgyan.org, www.gethappythoughts.org

- विश्वशांती प्रार्थना -

पृथ्वीवर शुभ्र प्रकाश (दिव्यशक्ती) येत आहे,
पृथ्वीतून सोनेरी प्रकाशाचा (चेतनेचा) उदय होत आहे.
विश्वातील सगळी नकारात्मकता दूर होत आहे.
सर्वजण प्रेम, आनंद आणि शांतीसाठी ग्रहणशील होत आहेत.

ही 'सामूदायिक अव्यक्तिगत प्रार्थना' तेजज्ञान फाउंडेशनचे सर्व सदस्य कित्येक वर्षांपासून सातत्याने करत आहेत. आनंदी लोकदेखील ही प्रार्थना करू शकतात. तसेच आजारी किंवा कोणत्याही समस्येमुळे त्रस्त असणारे लोकही ही प्रार्थना ग्रहण करून स्वास्थ्यलाभ घेऊ शकतात.

तुम्ही एखाद्या आजाराने वा समस्येने त्रस्त असाल, तर सकाळी अथवा रात्री ९ वाजून ९ मिनिटांनी ग्रहणशील होऊन शांत बसा. 'स्वास्थ्य आणि शांती यांचा शुभ्र प्रकाश प्रार्थना करणाऱ्या कित्येक लोकांद्वारे पृथ्वीवर येत आहे. त्याचप्रमाणे तो माझ्यावरही कार्य करत आहे. जेणेकरून मी स्वस्थ आणि शांत होत आहे.' असं मनात म्हणा. त्यानंतर काही वेळ याच भावावस्थेत राहून सर्वांना धन्यवाद द्या आणि मगच उठा.

☀ तेजज्ञान इंटरनेट रेडिओ ☀

तेजज्ञान इंटरनेट रेडिओद्वारे २४ तास ३६५ दिवस, सरश्रींच्या प्रवचन आणि भजनांचा लाभ घ्या. त्यासाठी पाहा लिंक -
http://www.tejgyan.org/internetradio.aspx

विविध भारती F.M. वर दर रविवारी
सकाळी १०:०५ ते १०:१५ वा.

नोट : या कार्यक्रमांच्या वेळेत बदल झाल्यास नोंद ठेवावी.

www.youtube.com/tejgyan च्या साहाय्यानेदेखील
सरश्रींच्या प्रवचनांचा लाभ घेऊ शकता.
For online shoping visit us - www.tejgyan.org,
www.gethappythoughts.org

आपणास हवी असलेली पुस्तकं घरपोच मिळण्यासाठी मनीऑर्डर पाठवा. ही पुस्तकं आमच्या खर्चाने रजिस्टर्ड पोस्ट, कुरिअर आणि व्ही.पी.पी.द्वारे पाठवली जातील. त्यासाठी खालील पत्त्यावर संपर्क साधावा.

वॉव पब्लिशिंग्ज् प्रा. लि.

*रजिस्टर्ड ऑफिस : E-4, वैभव नगर, तपोवनमंदिराजवळ, पिंपरी, पुणे -४११०१७

* पोस्ट बॉक्स नं. ३६, पिंपरी कॉलनी, पोस्ट ऑफिस, पिंपरी-पुणे - ४११०१७

फोन नं. : 09011013210 / 9623457873

आपण पुस्तकांची ऑर्डर ऑनलाईनही देऊ शकता.

लॉग इन करा - www.gethappythoughts.org

३०० रुपयांहून अधिक किमतीची पुस्तकं मागवल्यास १०% सूट मिळेल आणि डिलिव्हरी फ्री.

तेजज्ञान फाउंडेशनच्या मुख्य शाखा

पुणे : (रजिस्टर्ड ऑफिस)

विक्रांत कॉम्प्लेक्स, तपोवन मंदिराजवळ, पिंपरी,
पुणे : ४११ ०१७. फोन : (०२०) २७४१२५७६, २७४११२४०

मनन आश्रम :

सर्व्हे नं. ४३, सणस नगर, नांदोशी गांव, किरकटवाडी फाटा,
तालुका : हवेली, जि. पुणे: ४११ ०२४.
फोन : ०९९२१००८०६०

e-books

The Source • Complete Meditation • Ultimate Purpose of Success • Enlightenment I Inner Magic • Celebrating Relationships • Essence of Devotion • Master of Siddhartha • Self Encounter and many more.
Also available in Hindi at gethappythoughts.org

Free apps

U R Meditation & Tejgyan Internet Radio on all platforms like Android, iPhone, iPad and Amazon

e-magazines

'Yogya Aarogya' & 'Drushtilakshya'

emagazines available on www.magzter.com

AF104984

www.ingramcontent.com/pod-product-compliance
Lightning Source LLC
LaVergne TN
LVHW041849070526
838199LV00045BA/1509
* 9 7 8 9 3 8 7 6 9 6 7 0 9 *